நிலமெனும் நல்லாள் நகும்

நிலமெனும் நல்லாள் நகும்

தொகுப்பும் மொழியாக்கமும்:

வெ. ஜீவானந்தம்

எதிர் வெளியீடு

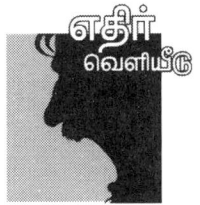

நிலமெனும் நல்லாள் நகும்
தொகுப்பும் மொழியாக்கமும்: வெ. ஜீவானந்தம்

முதல் பதிப்பு: ஜனவரி 2016
மறுஅச்சு: செப்டம்பர் 2025

எதிர் வெளியீடு,
96, நியூ ஸ்கீம் ரோடு, பொள்ளாச்சி – 642 002
தொலைபேசி: 04259 226012, 99425 11302

விலை: ரூ. 150

Nilamenum Nallal Nakum
Compiled & Translated by Ve. Jeevanantham

First Edition: January 2016
Reprint: September 2025

Published by
Ethir Veliyeedu, 96, New Scheme Road, Pollachi - 2
Email: ethirveliyedu@gmail.com
www.ethirveliyeedu.com

ISBN: 978-93-84646-46-2
Cover Design: Vijayan
Printed at Jothy Enterprises, Chennai.

All rights reserved. No part of this book may be reprinted or reproduced or utilised in any form or by any electronic, mechanical or other means, now known or hereafter invented, including photocopying and recording, or in any information storage or retrieval system, without permission in writing from the Publisher.

கோடீஸ்வரர்கள் எங்கே குவிந்து கிடக்கிறார்கள் என்பதைக் கூர்ந்து கவனியுங்கள். அவர்கள் கணினித் துறையில் இல்லை. நிலம், நிலவணிகம், இயற்கை வளங்கள், லைசன்ஸ் தேவைப்படும் தொழில்கள், குறைந்த போட்டியுள்ள துறைகள், அரசின் நெருக்கம் தேவைப்படும் இடங்கள் இவற்றிலேயே பெரிதும் உள்ளனர். இது கவலையளிக்கக்கூடியது. ஆபத் தானது. நம் அரசியல்வாதிகளுக்கும், வியாபாரிகளுக்குமிடையேயான உறவு வளரவளர ஆபத்து அதிகரிக்கும்.

— *ரகுராம் ராஜன், RBI தலைவர்.*

பொருளடக்கம்

நிலமெனும் நல்லாள் நகும் — 09
ஆஷிஸ் கோத்தாரி

நிலச்சிக்கல் உலகமயமாகிவிட்டது — 45
பி.வி.ராஜகோபால்

மக்கள் சீனாவின் முதலாளித்துவப் பாதை
இந்தியாவுக்கு ஒரு எச்சரிக்கை — 57
ரிச்சர்ட் ஸ்மித்

சமத்துவம் மறுக்கும் சீன மருத்துவம் — 79
ஹீத்தர் முலின்ஸ் – ஒன்ஸ்

ஏழு பாவங்கள் - ஏழு கட்டளைகள் — 85
அட்ரியனோ கேட்னியோ

லத்தீன் அமெரிக்காவின் மருத்துவ நலவாழ்வுரிமை முயற்சி
மூன்றாவது உலக நாடுகளுக்கு ஒரு நல்ல முன்மாதிரி — 91
ரபேல் கோன்லஸ் குஸ்மன் / நஷிலி கோர்ட்ஸ் ஹெர்னாண்டஸ்

ஐரோப்பாவை உலுக்கும் மருத்துவ நெருக்கடி — 97
அமித் சென்குப்தா

நிலமெனும் நல்லாள் நகும்

ஆஷிஸ் கோத்தாரி

இந்திய விவசாயிகளின் போராட்டம் தீவிரமாகி வருகிறது. நகர்ப்புற இந்தியா கிராமங்களைப் புறக்கணிக்கிறது. கிராமங்கள் வெகுண்டெழுகின்றன. 2010 ஆகஸ்டில் 2500 விவசாயிகள் உத்திரப் பிரதேசத்திலிருந்து தில்லி நோக்கி நடந்தனர். டெல்லியையும் ஆக்ராவையும் புதிய ரயில்திட்டத்தின் மூலம் இணைக்க அரசு நிலப்பறிப்பை மேற்கொண்டது. ரயில்பாதையை ஒட்டிக் கட்டிடங்கள் உருவாக்கவும் அதற்காக நிலங்களைப் பறிக்கவும் திட்டமிட்டிருந்தனர். எடுக்கும் நிலத்திற்கு இழப்பீடு தருவோம் என்றனர். ஆனால் இதற்கு ஏற்பட்ட எதிர்ப்பின் காரணமாக மாயாவதி வேறு வழியின்றி நிலப்பறிப்பை நிறுத்தினார்.

நிலம் யாருக்கு? விடுதலையின் போது கிராமப்புற ஏழை களுக்கு உழுது பயிரிட நிலம் வழங்கப்படும் என்ற வாக்குறுதியும், அதற்காக இந்தியாவில் நிலச் சீர்திருத்தம் மேற்கொள்ளப்படும் என்றும் கூறினர். இதுவே சுதந்திர இந்தியாவின் நீதி என்றனர். அதன்படி ஜமீன்தாரி முறை ஒழிக்கப்பட்டது. "உழுபவனுக்கு நிலம்" என்பது தேர்தல் கோஷமானது. நாட்டின் உணவுப் பாதுகாப்புக்கு வளமான நிலம் உழுபவன் உடைமையாவதே வழி என்றனர். நோக்கம் நல்லது. ஆனால் அது நிறைவேற்றப் படவில்லை.

லட்சிய முழக்கங்கள் போலியாயின. திட்டங்கள் கைவிடப் பட்டன. தேர்தல் முழக்கம் ஒன்று, ஆட்சி நடைமுறை வேறு என இரட்டை வேடமிட்டனர். ஐக்கிய ஜனநாயகக் கூட்டணி யரசு பொருளாதார சீர்திருத்தத்திற்குக் கொள்கை களைப் பலியிட்டது.

நில உச்சவரம்பு மூலம் நிலமற்ற விவசாயிக்கு நிலம் என்று கொடுத்த குறைந்தபட்சத்திட்ட வாக்குறுதியைக் குப்பையில் போட்டனர். நில உச்சவரம்புச் சட்டம் திரும்பப் பெறப்பட்டது. விவசாய நிலங்களை விவசாயிகளிடமிருந்து பறித்து சிறப்புப் பொருளாதார மண்டலம் அமைக்கப் பெருமுதலாளிகளுக்குத் தாரை வார்த்தனர். "இது நிலச்சீர்திருத்தத்தை திசை திருப்பிய அபாயம்" என்று கிராமப்புற அமைச்சகமே கூறியது.

வளர்ச்சி வேதம் மக்கள் இடம் பெயர்வு, பண்பாட்டுச் சிதைவு இவற்றைப் பற்றியெல்லாம் கவலைப்படாமல் "வளர்ச்சிக்கான இடப்பெயர்வு" என்று பெருமை பாராட்டியது. வளர்ந்த நாடுகளின் இத்தகைய வளர்ச்சிப் போக்கு, அந்த மக்களை சமூகப் பொருளாதார வெற்றிடத்திலேயே தள்ளியது என்பதை வளர்ச்சி வேதம் ஓதியோர் மறந்தனர். மறைத்தனர். அடித்தட்டு மக்களின் வாழ்வாதாரங்கள் கருணையின்றிப் பறிக்கப்பட்டன. இந்தியக் கருப்பை மேலை விந்துக்குத் திறந்துவிடப்பட்டது. மீண்டும் ஒரு காலணியாதிக்க மேகம் சூழ்ந்தது.

விடுதலையுடன் துவங்கிய புதிய காலணியாதிக்க வரவு உலகமயத்தால் விரைவுபட்டது. வணிகப் போட்டி, அன்னிய மூலதனக் குவிப்பு, உற்பத்திக்கான பணிவாய்ப்புகள் ஆகிய வற்றால் வருமானம் உயர்ந்தது. கிராமங்கள் காலியாயின. நகரச் சேரிகள் விரிவடைந்தன. கிராமத்து அகதிகள் சேரிகளில் குவிந் தனர். வளம் ஒருபுறம் குவிந்தது. வறுமை மறுபுறம் வளர்ந்தது.

நமது உற்பத்தி, செல்வப் பகிர்வு சமத்துவமற்றதானது. நிலம், காடு, கடற்கரை, ஆறுகள் சார்ந்து வளர்ச்சிக்கு முந்திய காலத்தில் வாழ்ந்து வந்த லட்சக்கணக்கான மக்களின் வாழ்வாதாரங்கள் பறிக்கப்பட்டன. இந்தியா போன்ற கிராமம் சார்ந்த வாழ்வு முறை மிக்க நாட்டில் வேலி முள்ளும், வைக்கோலும், சாணியும் கூட மக்களுக்கு வாழ்வைத் தந்தன. கால்நடைகள் மண்ணை வளப்படுத்தி மக்களை வாழ்வித்தன. மக்களுக்கும், கால்நடை களுக்குமான அடிப்படை வாழ்வுத் தேவைகள் எவ்விதத்

தடையுமின்றிக் கிடைக்கும் வகையில் இயற்கை வளங்கள் சமூக சொத்தாக இருந்தன. இவை வெறும் உயிர் வாழ்வை மட்டும் வழங்குவதுடன் நின்றுவிடவில்லை. மக்களின் கலைகளை, சமூகத்தின் பண்பாட்டை வளர்க்கும் ஆதாரமாகி நின்றன. இன்று அவை நேரடியாகவும், மறைமுகமாகவும் பறிக்கப்பட்டு, மக்களைத் திக்கற்றவர்களாக்கி வருகின்றன. இன்றைய வளமான வாழ்வுக்கு பலியிடப்பட்டவை, மிக மிக மதிப்புமிக்கவை என்று நாம் காலம் காலமாகப் போற்றிக்காத்தவையே ஆகும்.

ஆனால், நவீனத்துவத்தின் இந்த இழப்புகளின்றி வாழ்ந்து வரும் சிறு சிறு குழுக்களை நாம் நாடு முழுதும் காண முடியும், வளர்ச்சி எனும் அளவுகோலின் முன் இவை மதிக்கப்படுவதில்லை. வறுமை, வளம் இவற்றை மதிப்பிடும் அளவுகோலை இன்று நாம் முற்றாக மாற்றிவிட்டோம்.

அரசு நிலஉரிமை என்பதை உரிமைப்பட்டா உள்ளதா என்பதைக் கொண்டு மட்டும் அளவிடுகிறது. எனினும் நிலம் சமூகத்தின் பொதுவுடைமை என்பதே இன்றும் பல பகுதி களில் உள்ள நிலை. மேய்ச்சல் நிலம், காடுகள், குளம், ஏரி, ஓடைப்புறம்போக்கு, நீர்நிலைகள் போன்றன சமூகத்தின் பொதுச் சொத்தாகவே பயன்படுத்தப்பட்டு வந்தன. இதற்கு சட்டமில்லை. பதிவில்லை.

இன்றைய பொருளாதாரம் ஏராளமானவற்றைத் தனக்கெனக் கேட்கிறது. உலகப் பொருளாதாரத்திற்கேற்ப, நமது பொருளாதார சிந்தனையை மாற்றி வடிவமைக்க முயல்கின்றனர். சமூக உடைமைகளை மறுத்து, தனிநபர் உரிமை, பட்டா இவற்றின் மூலம் நிலத்தை, இயற்கை வளங்களை உயர்விலை கேட்போர்க்கு ஏலம் விட்டு லாபமீட்ட அரசும், பெருமுதலாளிகளும் விரும்புகின்றனர். இதனால் நாட்டின், பெரும்பான்மை மக்கள் பாதிக்கப்படுவர். வளர்ச்சியின் நிழலில் மக்களின் உரிமை அரசு வன்முறையாலும், சட்டவன்முறையாலும் எங்கிருந்தோ முடிவெடுக்கப்பட்டுப் பறிக்கப்படுகின்றது. வெளிநாட்டு முதலாளிகளின் தேவைக்கு, சொந்த நாட்டு மக்களின் உடைமை களும், உரிமைகளும் பறிக்கப்படுவதைக் காண்கிறோம்.

ஆலைகளும், சுரங்கங்களும் நாட்டின் நலனுக்கானவை என்று பெருமையுடன் கூறப்படுகிறது. ஆனால் அதற்காகப் பலியிடப்பட்ட புலம் பெயர்ந்த ஏழைகளின் இழந்த வாழ்வாதாரங்

களுக்கான மாற்றேதும் கிடைக்கவில்லை. தம் வாழ்விடத்தில் உருவான வளத்தில் அவர்களுக்கு எவ்விதப் பங்கும் இல்லை. உயர்தொழில்நுட்பத் திறன் தேவைக்கு ஏற்றவர்களில்லையென, மண்ணின் மாந்தர்கள் விரட்டப்படுகின்றனர். அல்லது நாள் கூலிக்காகச் சுரண்டப்படுகின்றனர்.

ஆலையின் தேவையைவிடவும் பலமடங்கு அதிகமான நிலங்களும் கையகப்படுத்தப்பட்டு, பெருமுதலாளிகளின் ரியல் எஸ்டேட் சொத்துக்களாக உறங்கிக் கொண்டுள்ளன. இந்த நிலவங்கி, தொழிலைவிடப் பல மடங்கு லாபத்தை முதலாளி களுக்குத் தருவதாகிறது.

பெருமுதலாளிகள் தாங்கள் வளைத்துப்போட்ட பரந்த நிலத்தைச் சுற்றி வேலியிட்டு, ஏழைமக்கள் தமது சிறிய துண்டு நிலங்களுக்குச் செல்ல வழிவிடாது தடுத்து விடுகின்றனர். அவர்களின் வாழ்விடமான அந்த நிலத்தில் நுழைய முடியாது தவிப்போரில் பெரிதும் பாதிக்கப்படுவோர், பெண்களும் குழந்தை களுமே. கூட்டு விவசாயம் கெடுக்கப்பட்டு, சிறு விவசாயிகள் பெருமுதலாளிகளின் போட்டிக்கு எதிர் கொள்ள முடியாமல் மடிகின்றனர். கிராமங்கள் சிதறி உருவிழந்து போகின்றன. வசதிமிக்க கிராமத்துப் பணக்காரர்கள் கட்டிட ஒப்பந்தம், மூலப்பொருள், போக்குவரத்து, ஆள் பிடிப்பு போன்றவற்றால் பலன் பெறுகின்றனர். நல்ல இழப்பீடு பெற்றுக் கொண்டு அதை ஏழைகளுக்கு வட்டிக்குத் தந்து புதிய சுரண்டலைத் துவங்கு கின்றனர். தில்லியில் ஓடும் டாக்சிகள், பெரும்பாலும் இந்த நிலத்தை விற்றவர்களின் புதிய தொழிலாகியுள்ளது.

புதிய தொழிற்சாலைகள் வரும்போது, நிலத்தின் மதிப்பு உயர்கிறது. இதனால் கிராம மக்கள் பலனடைகிறார்கள் என்று வளர்ச்சியாளர்கள் கூறுகின்றனர். ஆனால் நிலத்தைக் கொடுத்த வர்களுக்கு இந்த அளவு இழப்பீடு தரப்படுகிறதா? இல்லை, நிலம் இழப்பவர்களா? நிலத்தை அபகரிப்பவர்களா யார் பெரிதும் லாபமடைகின்றனர்? ஆதிவாசிகளுக்கும், கிராமப்புற ஏழைகளுக்கும் நிலமின்றி வேறு சொத்தெதுவும் கிடையாது. நிலம் சார்ந்து வாழ்வதன்றி வேறு வாழ்வுமுறை அறியாத அவர்கள் நிலத்தை இழந்தவுடன், வாழ்வையும் இழந்தவர்களாகின்றனர். நிலத்தின் விலை மதிப்பு என்பதைத் தாண்டி, நிலம் மட்டுமே அவர்களுக்கு வாழ்வுதரும் மதிப்புக்குரியதாகிறது. பணமதிப்பற்ற வாழ்வுச் சூழலில் உள்ள அவர்களிடம் பணமதிப்பு கொண்டு

பேரம் பேசுவது அவர்களுடன் அவர்கள் அறியாத அன்னிய மொழியில் உரையாடுவதாகும். நிலம் அவர்களைப் பொருத்த வரை பண்பாட்டு அடையாளம், சமூகப் பாதுகாப்பு. நிலம் வாங்கும் முதலாளிக்கு, நிலத்தின் பின்னணியில் உள்ள இந்த மறைமுக மதிப்புகள் எதுவும் கிடையாது. அது மற்றுமொரு சொத்து மட்டுமே. இடமதிப்பு மட்டும் உண்டே தவிர விளைச்சல், மேய்ச்சல் என எந்தப் பலனுமற்ற மற்றொரு சொத்து. நிலத்தை வாங்குபவர்கள் தரும் பணத்தின் மதிப்பையோ, அதைப் பயன்படுத்தும் வழியோ, பெருக்கும் திறமையோ அந்த அப்பாவி ஆதிவாசிகளுக்கு இல்லை.

நிலத்தைத் தரும் அவர்களுக்கு மாற்று என்ன? மாற்று வாழ்வுக்காக வேறு இடம் தரப்படுகிறதா? அவர்கள் வாழ்வுத்தரம் உயர வாய்ப்புண்டா? இதுவரையான நிலம் இழந்தவர்கள் எவரும் அதற்கு இணையான மாற்று வாழ்வையோ, தரத்தையோ, வருமானத்தையோ பெற்று விடவில்லை என்பதையே வரலாறு காட்டுகிறது.

குறிப்பாக பிளாச்சிமடாவில், பெருந்துறையில், கடலூரில் உழவையும், கால்நடைகளையுமே வாழ்வாதாரமாகக் கொண்ட சிறுநில உடைமையாளர்கள் என்ன ஆனார்கள்? அவர்களில் எத்தனை பேர் தரப்பட்ட பணத்தை முதலீடாக்கி, வட்டிக்கு விட்டுக் கோடீஸ்வரர்களாகியுள்ளனர்? வேறு எங்கு இடம் பெயர்ந்து சென்று சிறப்பாக வாழ்கின்றனர். இவற்றை விடவும் நிலமற்ற ஆனால் நிலம் சார்ந்த வாழ்வு கொண்ட விவசாயக் கூலிகளும், கைவினைஞர்களும் மௌனமான மரணத்தைக் காண்பதன்றி அவர்களுக்கு வேறு எவ்விதமான மறுவாழ்வை தனியார் முதலாளிகளோ, அரசோ தந்துள்ளது? எழுந்த பெரும் தொழிற்சாலைகள் அருகில் வாழும் சிறு விவசாயிகள் நிலை என்ன ஆகியுள்ளது? அவர்களின் கால்நடைகள் என்ன ஆகின? அவர்களின் நீர்நிலைகள் என்ன ஆயின? அவர்களின் பொருளாதாரம் SEZ வரவால் எந்த அளவு உயர்ந்துள்ளது? அவர்களின் நிலத்தின் மதிப்பு எந்த அளவு உயர்ந்துள்ளது? இத்தனை கேள்விகளுக்கும் எதிர்மறையான பதில்களே எங்கும் கிடைக்கின்றன. வறுமையும், நோய்களுமே மிச்சமாகியுள்ளன. போராட்டமே வாழ்வாக்கப்பட்டுச் செத்துக் கொண்டுள்ளனர். குடிநீருக்கும் முதலாளிகளை எதிர்பார்த்து வாழ்கின்றனர்.. கிணறும், தண்ணீரும் அருகிலிருந்தும் அள்ளிக்குடிக்க முடியாத நிலை. மயிலம்மாள்[1]கள் நோயுற்று, புற்றுநோயால் வாடிச்

சாவதுதான் வரலாறு காட்டும் உண்மை. வாழ்ந்த மண்ணி லிருந்து அகதிகளாக விரட்டப்படுவதுதான் நிதர்சனம்.

தொழிற்சாலைக்கென நிலம் பறிக்கப்படுவதால் ஏழை பணக் காரன் ஏற்றதாழ்வு வளர்கிறது. அலுமினியத் தாதுக்காகவும், நிலக்கரிக்காகவும், இரும்புக்காகவும், பாக்சைட்டுக்காகவும் டெல்லி, மும்பை, சென்னை, கோவை நகரவாசிகள் இடம் பெயரச் செய்யப்படவில்லை. சென்னையின் அடியில் தங்கம் உள்ளது, தில்லியின் மண்ணில் ப்ளாட்டினம் உள்ளது என்றால் அவர்களை நாட்டுநலனுக்காக இடம்பெயரச் செய்யும் துணிவு நமது பொருளாதாரவாதிகளுக்கு, அரசியல்வாதிகளுக்கு உண்டா? இவர்களுக்கு படிப்பறிவற்ற ஏழை, அப்பாவி மக்களை மட்டுமே நாட்டின் வளர்ச்சிக்கு பலியிடத் தெரியும்.

பிரிட்டிஷ் காலனியாதிக்கக் கொடுங்கோல் நிலம் கையகப் படுத்துதல் சட்டம் 1894, ஆதிவாசிகளை விரட்டி, வெள்ளையர் கொள்ளைக்காக கப்பலும், ரயிலும் ஓட்ட, நிலக்கரி வெட்ட உதவியது. அதே கொடுங்கோன்மைச் சட்டம், நம் முதலாளிகள் நம்மை விரட்டக் கையெடுக்கப்பட்டு வருகிறது. பொதுநலன், நாட்டு முன்னேற்றம், பொருளாதார வளர்ச்சி, வேலைவாய்ப்பு என ஏராளமான முக மூடிகளுடன் புதிய கொள்ளையர்கள் புகுகிறார்கள். இந்த முகமூடியின் பின் உள்நாட்டு, வெளிநாட்டு முதலாளிகளும், காண்ட்ராக்ட்காரர்களும், படித்த அதிகார வர்க்கமும், எதிலும் கமிஷன் பார்க்கும் ஆளும் வர்க்கமுமே பதுங்கி உள்ளன.

நிலம் வணிகப் பொருளாக அரசும், சட்டமும் துணை போகின்றன. நாட்டின் மிகப்பெரிய ஊழல் நிலக்கரிச் சுரங்க ஊழலே என்பது இப்போது நாடறிந்த செய்தியாகி உள்ளது. இந்திய முதலாளித்துவம் தனது கொடூர முகத்தைக் காட்டத் துவங்கியுள்ளது. குறுமதியும், கொள்ளை வெறியும் கொண்ட முதலாளித்துவ நில பூதங்களுக்கு அரசும், அரசியல்வாதிகளும், பொருளாதார மேதைகளும் தோள் கொடுத்து நிற்கின்றனர்.

நாடாளுமன்ற விவாதம், ஏற்பு என எதையும் சந்திக்கத் திறனற்ற சூதுகாரச் சகுனிகளாக நிலப்பறிப்பு சட்டத்தைக்

1. பிளாச்சிமடாவின் ஆதிவாசிப் பெண் போராளி

கொல்லைப்புற வழியாகக் கொண்டுவர முயல்கின்றனர். ஜனநாயகம் மக்கள் மன்ற வாயிலில் பலியிடப்படுகிறது. நிலப் பறிப்புச் சட்டம், மறுகுடியிருப்புச் சட்டம், மறுவாழ்வுச் சட்டம் என ஏழைகளுக்கு எதிரான அனைத்து சட்டங்களையும், உயிருடன் குளிர்பதனப் பெட்டியில் வைத்து, ஒவ்வொரு அரசியல் கட்சியும் பாதுகாக்கவே விரும்புகின்றன. அவர்கள் எதிர்ப்பெல்லாம் எதிர்க்கட்சி வரிசையில் உள்ளவரையே.

1947 துவங்கி ஒவ்வொரு அரசும் மக்களைக் கட்டாயமாக வெளியேற்றும் கொடுங்கோன்மைச் சட்டத்தை ஒற்றை வரியில் ஒழித்து விட முடிந்த போதும், பூதத்தைப் பாதுகாப்பாகக் காத்து வளர்த்தே வருகின்றன. ஆனால் இந்திய அரசியல் சாசனம் மக்களின் நிலவுரிமையைப் பாதுகாக்க உறுதி கூறுகிறது. சாசனத்தின் 38 வது சரத்து "வருவாய் ஏற்றத்தாழ்வை நீக்கிச் சமன் செய்வது" அரசின் கடமை என்கிறது. நிலப்பறிப்புச் சட்டம் இந்த ஏற்றத்தாழ்வை வளர்க்கும். சமத்துவத்தை அழிக்கும்.

உலகமயம் சமத்துவமற்ற உலகுக்கே வழிவகுக்கிறது. அதனால் கிராம சமுதாயம் சிதறுகிறது. வணிகமயம் அதை விரைவுபடுத்துகிறது. சிலரிடம் செல்வம் குவிகிறது. துப்பாக்கிக் கலாச்சாரம் ஆளும் வர்க்கத்தால் போற்றி வளர்க்கப்படுகிறது. கிராமங்களிலும், நகரங்களிலும் வளர்ந்துவரும் ஆயுதக் கலாச் சாரத்தை தினசரி காண்கிறோம். குறிப்பாக வட இந்தியாவில் பணக்காரர்களும், அவர்களின் கையாட்களும், வலிமைமிக்க ஆயுதங்களுடன், எவ்வித அனுமதியும் பெறாமல் துப்பாக்கியை தோளில் மாட்டிக் கொண்டு அலைகின்றனர். அரசு அவற்றிற்கு சல்வா ஜுடும் எனப் பெயரிட்டு அங்கீகாரமும், சம்பளமும் தந்து வளர்ப்பதையும் காண்கிறோம். இது உச்சநீதி மன்றத்தின் கடுமையான கண்டனத்திற்கும் உள்ளாகியுள்ளது.

நாம் இன்று இங்கு காணும் கொடுங்கோன்மை நானூறு ஆண்டுகள் முன் தொழிற்புரட்சியெனும் பெயரில் பிரிட்டனிலும், ஐரோப்பா முழுதும் ஆடி முடித்த பேயாட்டமே. பிரிட்டிஷ் விவசாயிகளும், கிராமப்புற மக்களும் தங்களது நிலம் பறிக்கப் படுவதை எதிர்த்து நின்று உயிர்த்தியாகங்கள் செய்தனர். அந்த எதிர்ப்பு 19ஆம் நூற்றாண்டின் இறுதி வரைத் தொடர்ந்தது. அந்த வன்முறை சார்ந்த மக்கள் எதிர்ப்புப் போராட்டம் பற்றி வரலாற்றாளர் கிறிஸ்டோபர் ஹில்.

“காடுகளை அழிப்பது, வயல்வெளிகளை ஆக்கிரமிப்பது, வேலிகளை அகற்றுவது போன்றவை பிரிட்டிஷ் வாழ்வுமுறையை அழிப்பதாகவும், மனித உரிமைகளை மிதிப்பதாகவும் இருந்தது. சுதந்திரமான மக்களை, உடல் உழைப்பை நம்பி வாழும் கூலிகளாக மாற்றியது. ஆனால் அது அடிமைத்தனத்தை விட மேலானது என்று சமாதானம் கூறினர்” என்கிறார்.

மார்க்சிய அறிஞர் எரிக் ஹாம்ஸன் — “சுமார் 5000 வயல் வெளிகளின் வேலைகள் தகர்க்கப்பட்டு 60 லட்சம் ஏக்கர் நிலம் 1760ம் ஆண்டு முதல் தனியார் வசமாக்கப்பட்டது. 1834 ம் ஆண்டுச் சட்டம் வாழ்வை சகிக்க முடியாத கொடியதாக்கியது. மக்கள் விரட்டப்பட்டனர். அகதிகளாக, மகிழ்ச்சி இழந்து வாழச் செய்யப்பட்டனர். கிராமங்கள் மொத்தமாகக் காலியாகின. 1850ல் நாடு முழுதும் நிலத்திற்கான கலவர பூமியானது” என் கிறார்.

பிரிட்டனில் அன்று நடந்தது, இன்று சற்று மாறுபாட்டுடன் இங்கு இன்னும் தீவிரமாக நடக்கிறது. இந்த நில அபகரிப்பை “வர்க்கத் திருட்டின் அப்பட்டமான வெளிப்பாடு” என B.P. தாம்சன் கூறுகிறார்.

வலிமையும், சமத்துவமும், ஜனநாயகத் தன்மையும் கொண்ட நிலக் கொள்கையை அரசு நடைமுறைப்படுத்தாமல், பெரும் பான்மையான கிராமப்புற மக்கள் உலகமயத்தின் வெறிகொண்ட ஆக்கிரமிப்பிலிருந்து நீதியை, எப்படிப் பெற முடியும்? மத்திய அரசின் அறிக்கை, அச்சுறுத்தலுக்குள்ளாகியுள்ள பெருவாரியான கிராமப்புற மக்களுக்கு எவ்விதம் பாதுகாப்பளிப்பது என்பது பற்றி விவாதித்துள்ளது. அதன் பரிந்துரைகள் —

1. நில எடுப்புச் சட்டம் திருத்தங்களுடன் மாற்றி எழுதப்பட வேண்டும். அதில் மறுகுடியிருப்பு, மறுவாழ்வு பற்றி சேர்க்கப்பட வேண்டும்.

2. பொதுச் சொத்து ஆதாரங்களைக் கையகப்படுத்தக் கூடாது. கிராம மக்களுக்கான மாட்டுத் தீவணம், எரிபொருள், மற்ற வாழ்வுத் தேவைகள் வழங்கப்பட வேண்டும்.

3. பொதுவாழ்வாதாரங்களைப் பாதுகாக்க சுதந்திரமான வழிமுறைகள் வகுக்கப்பட வேண்டும். கிராம மக்களின் நலன்கள் பாதுகாக்கப்பட வேண்டும்.

4. மலைவாழ் மக்கள் பஞ்சாயத்துக்கான சிறப்புச் சட்டம் செட்யூல்ட் பகுதியின் நீட்சியாக 1996 ல் இயற்றப்பட்டது. அதை அமுல்படுத்துவதன் மூலம், பஞ்சாயத்து மற்றும் உள்ளூர் ஆட்சிகளுக்கு அனுகூலமாகச் செயல்பட வேண்டும்.

5. பழங்குடி மக்கள் காலம் காலமாகப் பயன்படுத்திவரும் நிலத்திற்கான பட்டா தரப்படவேண்டும்.

6. பெண்கள் உரிமை மற்றும் விவசாய நிலத்தைப் பாதுகாக்கும் வகையில் விவசாய நிலத்தை வேறு காரணங்களுக்குப் பயன்படுத்த அனுமதிக் கக்கூடாது.

7. சிறந்த சுற்றுச்சூழல் நிர்வாகத்திற்கு உதவும் வகையில் நிலப்பயன்பாடு கண்காணிப்பு, நீர் நிலைகள், காடுகள் பாதுகாப்பு போன்றவை வளர்ச்சித் திட்டங் களால் பாதிக்கப்படாமல் பாதுகாக்க உள்ளூர் கிராம சபைகளின் செயல்பாடு ஊக்குவிக்கப்பட வேண்டும்.

8. நிலச் சீர்திருத்தம், மக்களுக்கான நல நிதியை விவசாய சமூகத்தில் கிடைக்க உதவுவது, தேசிய நில சீர்திருத்தக் கொள்கை மூலம் நிலச் சீர்திருத்தம் சரிவர அமுலாக்க உதவுவது அவசியம்.

9. நிலப் பயன்பாடு குறித்த உள்ளூர், மாநில, தேசிய அளவி லான உடனடி கவனம் தேவை. நிலம் இந்திய அரசியல் சாசனப்படி மாநில அரசிடம் உள்ளது. ஆனால் சிறப்புப் பொருளாதார மண்டலம் போன்ற வளர்ச்சித் திட்டங்கள் மத்திய அரசின் கைகளில் உள்ளது. அது மக்களின் கைகளிலிருந்து நிலத்தைப் பறிப்பதாக உள்ளது. எனவே நிலப் பயன்பாடு பற்றி அனைத்து நிலைகளிலும் ஒப்புதல் பெறவேண்டும். இந்தியாவின் மூன்று தள நிர்வாக அமைப்புகளும் மதிக்கப்பட வேண்டும். இயற்கைச் சூழல், உணவுப்பாதுகாப்பு, வாழ்வாதாரம், தொழில் வளர்ச்சி என அனைத்தின் தேவையையும் கருத்தில் கொள்ள வேண்டும்.

சிறப்புப் பொருளாதார மண்டலம் (SEZ)

உலகமயத்தின் தாக்கத்தால் நாம் ஒரு இயற்கைச் சூழலில்

வாழ்பவர்களாக இன்றி, ஒரு நிலப்பகுதியில் வாழ்பவர்களாகி உள்ளோம். நதிகளும், மலைகளும், மரங்களும் நமது குறியீடு களாக இருந்ததுபோய், கட்டிடங்களும், அரங்குகளும் நமது குறியீடுகளாக மாறி உள்ளன.

இயற்கையும், சூழலும் முக்கியத்துவமிழந்து, பொருளாதாரம் தலைமையை ஆக்கிரமித்துள்ளது. இதன் அடையாளமே இப்போது முளைத்துவரும் சிறப்புப் பொருளாதார மண்ட லங்கள். 'உலகமயம்' பொருளாதாரத்தை முன்வைக்கிறது. அதைக் கொண்டு தொழில்மய நாடுகளின் ஜனநாயகத்தில் அரசியல், சட்ட சவால்களை அணுகுகிறது. உலகமய உலகின் அடிப்படை மாற்றங்கள், நவீன உலகின் கட்டுமான மாற்றங்கள் போன்றவை தொழிற் பொருளாதாரம் சார்ந்துள்ளது.

சிறப்புப் பொருளாதார மண்டலம் என்பது ஒரு தனியார் தொழில் வளர்ச்சிக்கான பகுதி. வரிகள், சுங்கம் ஆகியவற்றிருந்து விடுப்பு பெற்றது. 2005ல் இது கடுமையான விவாதத்தின் பின் நாடாளுமன்ற அங்கீகாரம் பெற்றது. 2006 பிப்ரவரியில் இது செயல்பாட்டுக்கு வந்தது. பல லட்சம் பேருக்கு வேலை வாய்ப்பு வழங்கும் என்ற நம்பிக்கையில் அங்கீகாரம் பெற்றது. இதுபற்றி ஊடகங்கள் பெரிதும் கவலைப்படவில்லை. மாறாக கட்சி சர்வாதிகாரம் பெற்ற சீனாவில் இதை ஏற்க நீண்ட விவாதம் நடந்தது.

SEZ ஏற்றுமதி, அன்னிய செலாவணி ஈட்டவே ஏற்கப்பட்டது. வேலைவாய்ப்பு, வளர்ச்சி, கட்டுமானங்கள் என்பன கூட்டு விளைவுகளே. 1965ல் SEZன் முன்னோடியாக ஏற்றுமதி மண்டலம் EPZ கண்ட்லாவில் துவங்கப்பட்டது. அதன் குறிக்கோள் ஏற்று மதியே. ஆனால் SEZ மூலம் அன்னியச் செலாவணி ஈட்டித் தருவதே லட்சியம் என்று அரசு குறிக்கோள் விதித்தது.

2000ல் முரசொலிமாறன் சீனா சென்று வந்த பின் SEZ கருத்து இறக்குமதி செய்யப்பட்டது. ஷென்ஜின் நகரம் சீனாவின் SEZன் காட்சிப் பொருள். இதன் ஒளி மிகுந்த பகுதி மட்டுமே காட்டப்படுகிறது. ஆனால் NEW YORK TIMES "ஷென்ஜின் போலச் சில நகரங்கள் பெரும் செல்வம் ஈட்டியுள்ளன. ஆனால் அதன் வெற்றியின் விலை எங்கு நோக்கினும் சுற்றுச்சூழல் சீர்கேடுகள், மாசுகள் குவிப்பு, குற்றங்கள், விரக்தி, விளிம்பு நிலைக்குத் தள்ளப்படும் மனிதர்களின் எண்ணிக்கைப் பெருக்கம் என்பனவே"

என்கிறது. மாறன் இவற்றைப் பார்க்க மறுத்துவிட்டார். சீன வல்லுனர்கள், ஷென்ஜின்னை ஒரு காட்சிப் பிழையாகவே கருதுகின்றனர். மாசு, அழிவு, மனப்பிறழ்வு, ஏற்றத்தாழ்வு, ஏமாற்று ஆகியவற்றின் வெளிப்பாடு என்கின்றனர். இது ஒரு மரணப்பாதை என்கிறார் ஒரு சீனப் பொருளாதார நிபுணர். "1000 அசிங்கங்கள் நடுவே ஒரு அழகைக் காணும் மூடத்தனம் இது" என்கிறார் அவர்.

சீனா விஷக்கனி என்று அனுபவத்தில் ஒதுக்குவதை மாறன் தேடிப்பிடித்துஇந்தியாவுக்குஇறக்குமதிசெய்துள்ளார்.ஷென்ஜின் அழிவு நீர்க்குமிழிகள் பற்றி சீனா உணரத் துவங்கி உள்ளது. இந்தியாவின் SEZ அனுபவம் சீனாவை விட மோசமானதாக உள்ளது. டெல்லி நொய்டா SEZல் 10,000 தொழிலாளர்கள் நிரந்தரமற்றவர்கள். தினமும் 12 மணி நேரம் உழைப்பவர்கள். மாதம் 1800 சம்பளம் பெறுபவர்கள். வேலையா சாவா என்ற நிலைக்குத் தள்ளப்பட்டுள்ளனர். எவ்வித பணி உறுதியும் இல்லை. சங்கம் இல்லை. உரிமைகள் இல்லை. ஓய்வூதியம் இல்லை. மருத்துவ விடுமுறைகள் இல்லை. வேலை செய்தால் காசு என அன்றாடக் கூலிகள். கழிப்பறைக்கும் காசு கொடுத்துச் செல்கின்றனர். தொழிலாளர் உழைப்புச் சுரண்டலைத் தட்டிக் கேட்கக் கட்சிகள், சங்கங்கள் எதுவுமில்லை. ஆனால் முதலாளி கள் அதிக லாபம் ஈட்டுகின்றனர். இந்த நிலையே நாடு முழுதும் உள்ள SEZ களிலும் உள்ளது.

அரசின் பங்கு

இதுவரை 2 லட்சம் ஹெக்டேர் நிலம் இதுவரை SEZக்காக எடுக்கப்பட்டுள்ளது. இது டெல்லி மாநகரை விடப் பெரியது. சிவப்பு நாடா தாமதத்தை ஒழிக்க ஒற்றைச் சாளர முறையில் அவற்றிற்கான அனுமதி எவ்வித தாமதமும் இன்றி வழங்கப்பட்டது. சுற்றுச்சூழல் கேடுபற்றிப் பேச்சே இல்லை. வெறும் தொழில் மட்டுமல்ல. வணிக வளாகம், கடைகள், ஓட்டல், பொழுதுபோக்கு அரங்கங்கள் என நகரமே அதற்குள் உருவாக்கப்பட்டது. SEZன் நிர்வாகம், இரண்டு தொழிற்சாலை நிர்வாகப் பிரதிநிதிகள், 4 அரசு அதிகாரிகள் மூலம் தடையின்றி நடத்தப்படுகிறது.

SEZ அனுமதிக் கொள்கை

2006 முதல் துவங்கிய SEZ உருவாக்கம், ஆரம்பம் முதலே தவறான அடிப்படையிலேயே அமைந்தது. 2007ல் CPM தோழர்களும், காவல் துறையினரும் சேர்ந்து நடத்திய நந்திகிராம் படுகொலை இவை அனைத்தின் உச்சம். நாடு முழுதும் பல SEZகள் பலத்த எதிர்ப்பின் நடுவிலும் துவங்கப்பட்டன.

2007 மார்ச் 14 அன்று நந்திகிராமில் 6 பேர் கொல்லப்பட்டனர். மனிதாபிமான வழிமுறைகளை முடிவு செய்யும் வரை SEZ கட்டுமானங்களை நிறுத்தப் பிரதமர் உத்தரவிட்டார். நிலம் கையகப்படுத்தப்பட்டோர்க்காக மாற்றுக் குடியிருப்பு, மறுவாழ்வு பற்றியெல்லாம் முடிவு செய்யாமலேயே SEZகள் துவக்கப்பட்டன. நந்திகிராம் படுகொலைகளின் பின் SEZ உருவாக்கத்திற்கான கொள்கை வகுக்கப்பட்டது. SEZக்கு அதிகபட்சம் 5000 ஹெக்டேர் என்று வரையறை தரப்பட்டது. அதற்குமுன் தேவைக்கு மீறிய அதிக நிலம் கையகப்படுத்தப்பட்டு, நில வணிகத்திற்குத் திருப்பி விடப்பட்டது. ரிலையன்ஸ், DLF போன்றவை பெரிய பரப்பில் SEZகளைச் சேர்த்து 10000 ஹெக்டேர் வாங்கிக் கொள்ளலாம் என அரசாங்கக் கொள்கையில் ஓட்டை போடக் கோரினர். அரசாங்கம் வளைந்து கொடுக்கத் தயாராக இருந்தது.

அடுத்து நிலம் கையகப்படுத்துவதில் அரசு தலையிடாது என்றனர். இதன்படி கம்பெனிகள் தாமே வேண்டிய நிலத்தை வாங்கிக் கொள்ளலாம். தரகர்கள் மூலம் நிலவுடைமையாளர்கள் மடக்கி வசமாக்கப்பட்டனர். அரசு தனியாரின் உடைமைகளைக் காக்கும் பொறுப்பை ஏற்றுக் கொண்டது. நிலத்தரகர்கள் எப்படியும் நிலம் வாங்கத் துணை புரிந்தனர்.

கடைசியாகப் பாசன வசதி கொண்ட விளைநிலத்தை எடுக்கக் கூடாது என்று உறுதி கூறினர். ஆனால் இது நடைமுறைக்கு வரவில்லை. பாசன நிலம், புன்செய் நிலம் என அனைத்தையும் வாங்கிக் குவித்தனர்.

வாழ்வாதார இழப்பு

SEZக்கான நிலம் எடுப்பால் 1,14000 விவசாயக் குடும்பங்களும், 82000 விவசாயத் தொழிலாளர்களும் இடம் பெயர நேர்ந்தது. நிலம் சார்ந்து வாழ்ந்த 10 லட்சம் பேர் அகதிகளாயினர். இவர்களின் மொத்த இழப்பு ஆண்டுக்கு 212 கோடி. கிராமத்துக் கைவினைஞர்கள், கூலித் தொழிலாளர்களின் இழப்பு இத்துடன்

சேர்க்கப்படவில்லை. நிலப்பட்டா உரிமை உள்ளவர்கள் மட்டுமே இழப்பீடு பெறத் தகுதியுள்ளவர்கள் ஆனார்கள்.

விவசாயமும், உணவுப் பாதுகாப்பும் என்ன ஆவது?

ஒரு SEZ க்கு 5000 ஹெக்டேர் நிலம் எடுக்கப்படுகிறது. இது 1 லட்சம் பேருக்கு உணவளிக்கும் விளைநிலத்தைத் தியாகம் செய்வதாகும். ஒரு ஹெக்டேர் விளைச்சல் 20 பேருக்கு ஆண்டு முழுதும் உணவளிக்கும். SEZக்கு எடுக்கப்பட்ட நிலம் 2 லட்சம் ஹெக்டேர். இது நாட்டின் மொத்த விளைநிலத்தில் (14 கோடி ஹெக்டேர்) ஒரு சிறு பகுதியே எனலாம். ஆனால் அவை வளமான விளைநிலங்கள். மேலும் SEZ க்குத் தடையற்ற மின்சாரம், தண்ணீர் தர உறுதி கூறப்பட்டுள்ளது. இவை விவசாயியின் பங்கில் திருடுவதே. இது நிச்சயம் உணவு உற்பத்தியைப் பாதிக்கும்.

அடுத்ததாக நிறைய வேலை வாய்ப்பு உண்டாகும் என்கின்றனர். ஆனால் நிறைய விளைநிலம் எடுக்கப்படுவதன் வேலை இழப்பு என்ன? SEZ சீனாவில் பெரும் பாதிப்பை விவசாயத்தின் மீது உண்டாக்கியதை அனுபவத்தில் கண்டோம். எடுக்கப்படும் ஒவ்வொரு ஹெக்டேர் நிலமும் 20 நபர்களின் ஓராண்டு உணவைப் பறிப்பது.

விளைநிலத்தை எடுப்பது விவசாய முதலீடைக் குறைக்கிறது. தங்கள் வாழ்வாதாரமான நிலத்தை இழக்கக் கூடும் என்ற அச்சத்தில் விவசாயிகள் விளைச்சல் உருவாக்கப் போடும் செலவைக் குறைப்பர்.

SEZ உள்நாட்டு விவசாயிக்கு எதிரானது. உற்பத்தி எனும் பெயரில் தொழில்களையும் மறுபுறம் சுரங்கம், விவசாயம், தோட்டப்பயிர் போன்ற அனைத்தையும் செய்ய அனுமதிப்பது எப்படி? தொழில் வளர்ச்சிக்கு SEZ என்றபின் விவசாயத்தில் ஈடுபடுவது ஏன்? இது மறைமுகமாக விவசாயப் பெருவணிகத்திற்கான கதவைத் திறந்து விடுவதா? அரசின் உறுதியான நிலைப்பாடு என்ன?

SEZ சுற்றுச்சூழல் பிரச்சனைகள்

விவசாய நிலத்தைத் தொழிலுக்கு மாற்றுவது ஏராளமான சுற்றுச்சூழல் பிரச்சனைகளுக்கு வித்திடும். இயற்கைவளக்

குறைவு, மாசுபடுதல் என்பன சுற்றுச்சூழல் சட்டங்களுக்கு முரணானது. எனவே SEZ கண்காணிக்கப்பட வேண்டும். பல்வேறு இயற்கை சார்ந்த துறைகளின் ஒப்புதல் பெறப்பட வேண்டும். எனினும் நடைமுறையில் இவை ஒதுக்கப்பட்டு விடுகின்றன. குறிப்பாக குஜராத் முந்திரா SEZ எவ்வித சுற்றுச்சூழல் சட்டக் கட்டுப்பாட்டையும் பின்பற்றவில்லை. அது பல்லாயிரக்கணக்கான விவசாயிகளை, மீனவர்களை, கால்நடைகளை, மாந்தோப்புகளை அழித்து உருவாகியுள்ளது.

உழைப்புச் சுரண்டல்

2005 SEZக்கான சட்டம், அரசு மக்கள் நலனின் மீது முதன்மை அக்கறை கொண்டதாகக் காட்டவில்லை. தொழிலாளர்களுக் கான உரிமைகள் குறைவே. SEZ பொதுப் பயன்பாட்டுச் சேவை எனத் தொழில் முரண்பாடு சட்டத்தின் கீழ் கொண்டு வரப்பட்டுள்ளது. இதன்படி தொழிலாளர்கள் வேலை நிறுத்தம் செய்யவோ, சங்கம் வைக்கவோ, தமது உரிமைக் கெனவோ, சம்பளத்திற்காகவோ குரலெழுப்ப முடியாது.

SEZ கொள்கைப்படி மாநிலத் தொழிலாளர் துறை, வளர்ச்சித் துறையென அனைத்தும் உரிமையற்று, எல்லாம் SEZ பொறுப் பிலேயே விடப்பட்டுவிடுகிறது. அரசுக்கு மத்தியஸ்தப் பணி மட்டுமே உண்டு. தீர்வு எதுவும் தர முடியாது. ஒப்பந்தத் தொழிலாளர்களுக்கு எவ்விதப் பாதுகாப்பும் இல்லை. குழந்தைத் தொழிலாளர், பாலியல் துன்புறுத்தல், பாகுபாடுகள் பற்றி எவ் வித சட்ட நடவடிக்கையும் இயலாது.

மத்திய அரசும், மாநில அரசும் மாறிமாறிச் சலுகைகளை அள்ளி வழங்குகின்றன. ஒப்பந்தத் தொழிலாளர்களை 365 நாட் களும் 24 மணி நேரமும் வேலை வாங்குவதற்கு அனுமதிக் கின்றன.

வருமான இழப்பு - வரிவிலக்கு

அரசுக்கு SEZஆல் பெரும் இழப்பு உண்டாகிறது. பெரும் பணக்காரர்கள் SEZல் முதலீடு செய்வதன் மூலம் அரசின் வரி விலக்கைப் பெறுகின்றனர். இது மற்றொரு வகையில் அரசுக்கு இழப்பு. 2006—10ல் மட்டும் 1.75 லட்சம் கோடி இழப்பு என்று அரசுக்குறிப்பு கூறுகிறது. இதனால் நிதி அமைச்சகம் துவக்கம்

முதலே SEZ க்கு எதிர்ப்பு தெரிவித்து வருகிறது. இது நாலரைக் கோடி ஏழை மக்களுக்கு உதவும் மகாத்மா காந்தி கிராமப்புற வேலை வாய்ப்புத் திட்டத்திற்கு அரசு ஒதுக்கும் தொகையை விட அதிகம்.

SEZ என்பது நிலத்தைக் களவாடுவதுடன் நிற்கவில்லை. அரசு உதவிகள், மானியங்கள், சலுகைகளைப் பெற்ற வளரும் நிறுவனத்தின் ஏற்றுமதி, வேலைவாய்ப்பு, அன்னியச் செலாவணி ஈட்டல் போன்றவை மிகைப்படுத்தப்படுகின்றன. அதன் ஏற்றுமதி, அன்னியச் செலாவணி இழப்புக்கே வழி வகுக்கிறது. 2005 வரை அது இரண்டரை லட்சம் வேலை வாய்ப்புகளை உருவாக்கி யுள்ளது. எனினும் அரசின் எதிர்பார்ப்பான 3 லட்சம் எனும் எல்லையைத் தொடவில்லை. மாறாக அதைவிட அதிகமாக கிராமப்புற விவசாய வேலை வாய்ப்புகளை பறித்துள்ளது.

தொழில் மண்டலமா? நிலவணிக மண்டலமா?

பெருநகரங்களில் பெரும் கட்டுமானப் பணிகள் நடந்த வண்ணமுள்ளன. நாற்கரச் சாலைகள், பாலங்கள், பறக்கும் வளைவுகள், பலமாடிக் கட்டிடங்கள், வணிக வளாகங்கள், மால்கள், கேளிக்கைப் பூங்காக்கள், நட்சத்திர ஓட்டல்கள், ஐ.டி. பூங்காக்கள் என்பது SEZன் நீட்சிகள். சேரிகளின் குடிசைகள் தலைமேல் விமானங்கள் பறக்கின்றன. அவை இந்தியா வளர்ந்த வல்லரசு என வானில் ஒலிக்கின்றன.

இனிவரும் காலங்களில் ஐ.டி SEZகளை நில வணிகம் பிடித்து விடும். அதுவே இன்று இந்தியாவின் முன்னணித் தொழிலாக உள்ளது. இதற்கு முதற்காரணம் நம் நாட்டில் வணிக வளாகங்கள், வீடுகளின் தேவை பெரிதாக உள்ளது. இந்திய நில வணிகர்களும், கட்டுமான ஒப்பந்தக்காரர்களும் ஏகப்பட்ட செல்வத்தைக் குவித்துள்ளனர். அமெரிக்கக் கட்டுமானப் பெரு முதலாளிகள் இந்தியாவிலும், சீனாவிலும் தமக்கு உடனடியான பெரும் லாபம் கிடைக்குமென எதிர்பார்த்துக் குவிகின்றனர். சீனாவை விட இந்தியாவில் பெரும் வாய்ப்புகள் உள்ளதென நம்புகின்றனர்.

"ஐரோப்பாவில் எங்கள் வருமானம் குறைந்து வருகிறது. அதை இந்தியா ஈடுசெய்யுமென எதிர்பார்க்கிறோம். எங்கள் லாப எதிர்பார்ப்பு 20-30 விழுக்காடாக உள்ளது. இதற்கு இந்தியா

இடம் தருமென எதிர்பார்க்கிறோம்." என்கிறார் ஸ்வீடன் கட்டுமானப் பணியாளர். ஒரு அமெரிக்க முதலீட்டாளர், "எங்கள் சந்தை குறைந்து வருகிறது. எங்கே போவது? எனவே இந்தியா முதலீட்டுக்கு உகந்தது என எதிர்பார்க்கிறோம். உலகம் முழுதும் முதலீட்டு வாய்ப்புகள் குறைந்து வருகிறது. இந்தியா நம்பிக்கை ஒளியாக எங்களுக்கு இடமளிக்கிறது. இரண்டாம் உலகப்போரின் பின் இந்தியா பெரும் முதலீட்டு வாய்ப்பைத் தருகிறது. தனியார் துறைக்கு இங்கு பெரும் வாய்ப்புள்ளது" என்கிறார்.

SEZ தொழிலதிபர்களின் முதலீட்டிற்கான லாபம் வராத சூழலில் ரியல் எஸ்டேட்டின் நில மதிப்பு அவர்களைக் காக்கும் கேடயமாக உதவ வேண்டுமென்பதற்காகவே தேவைக்கதிகமான நிலத்தைத் தருகிறது அரசு.

ஒவ்வொரு SEZக்கும் ஒரு உள் பரிவர்த்தனையாள் உண்டு. குஜராத் முந்திரா SEZன் அதானி குழுமம் 3150 ஹெக்டேரை சதுர மீட்டர் 10 ரூபாயென அரசிடமிருந்து வாங்கி, அதை ரூ. 1000 என மற்றொருவருக்கு விற்றுள்ளது. இது மேய்ச்சல் நிலமெனப் பதிவு செய்யப்பட்டது. உண்மையில் கிராம பஞ்சாயத்தின் பொதுச் சொத்தான இந்நிலத்தை அதானிக்கு அரசு விற்றது. விலைமதிப்பற்ற பல்லாயிரம் ஏக்கர் கடற்கரைக்காடுகள் SEZக்காக வெட்டப்பட்டன. இப்படி சிறு விவசாயிகளிடமிருந்த பல்லாயிரம் ஏக்கர் நிலங்கள் நாடு முழுதும் SEZக்காகப் பிடுங்கப்பட்டன.

மலிவான நிலம், நிலவிற்பனை லாபம், நிலம் நீண்டகால ஒப்பந்தத்திற்கு வாடகை, குறைந்த வட்டி, மானியம், சலுகைகள் போன்றன பெருமுதலாளிகளை ஈர்க்கின்றன. இதனால் இவர்களின் பங்குச் சந்தை மதிப்பு உயர்கிறது. அதானிகுழுமம் தன் கம்பெனி பங்குகளை 2 லட்சம் கோடிக்கு விற்றது. தேவைக்கதிகமாகப் பெற்ற நிலம் பணப் பாதுகாப்பளிக்கிறது.

நில வணிகர்களே SEZ உரிமையாளர்களாகிறார்கள். வளர்ச்சி விரும்பும் முதலாளிகளை ஈர்க்கும் பல அம்சங்கள் கொண்டது SEZ வளர்ச்சித் தேவைகள் குறைவாக உள்ள நம் நாட்டில், பண முதலாளிகள் சிறு முதலீடு மூலம் பெரும் பரப்பு நிலங்களை வாங்கி, அதைப் பல மடங்கு லாபத்திற்கு விற்க முடிகிறது. நில மதிப்பு உயர்த்தல் வணிகம் மூலம், சீனாவில் பல வங்கிகள்

திவாலாகியுள்ளன என எச்சரிக்கிறது ரிசர்வ் வங்கி.

SEZகள் பெரும் நில வணிகக் கம்பெனிகளாகவே மறைமுகமாகச் செயல்படுகின்றன. உற்பத்தி வீழ்ச்சி, ஏற்றுமதி சரிவு என எக் காரணத்திலும் இந்த உபரி நிலங்கள் அவர்களைக் காப்பாற்றும் சொத்தாகிறது. இந்தியாவில் நுழையும் அன்னிய முதலீடு நில வணிகம் உள்ளிட்ட பல பிரச்சினைகளுக்குக் காரணமாகிறது. 2007ல் அன்னிய முதலீட்டால் நில வணிகம் உச்சத்தைத் தொட்டது. உலகப் பெருமுதலாளிகளும், வங்கிகளும், தரகர்களும் இந்திய நிலவணிகத்தில் வந்து குவிந்தனர்.

இந்திய வளர்ச்சிப் பாதை குறுகலானது. நிதி, நிலம் தவிரப் பிறவற்றில் முதலீடு குறையத் துவங்கியதற்கு மத்திய தர வர்க்கம் உச்ச நிலையை எட்டியதும், நுகர்வோரின் கடன்பட்ட நிலையும் காரணம். பொருளாதாரம் நிற்க ஒரு இடம் தேவை. இதனால் தரராளமயம் மூலம் உற்பத்தி நாட்டை விட்டு வெளியேற அரசு அனுமதிக்க வேண்டும். அல்லது நிலவணிகக் குமிழ் ஊதிப் பெரிதுபடுத்தப்பட வேண்டும். SEZ நிலம் இச்சூதில் சிக்கியுள்ளது. எனவே இந்திய விவசாயிகளிடமிருந்து பிடுங்கப்பட்ட நிலம், உலகச் சூதாடிகள் கையில் விளையாடும். இதற்கான அமெரிக்க முதலாளிகளின் முதலீடு, அவர்களுக்குக் கொசுவானது. இதற்காக இந்தியமண் சூதுப்பணயமாகும். காலப்போக்கில் இந்தியப் புனித "பூமி மாதா" உலக முதலாளிகளின் காலடியில் கிடப்பாள்.

"உலக நில வணிகர்கள் இந்திய நிலத்தை ஒரு மலிவுவிலைப் பண்டமாகப் பார்க்கிறார்கள். உலகச் சந்தையில் இந்தியா ஒரு பெரும் எதிர்கால லாபத்திற்கான இன்றைய முதலீடு. இதனால் இந்தியர்கள் பலனடையப் போவதில்லை. வளர்ச்சி என்ற முகமூடி கொண்டு ஏழை இந்தியர்களின் நிலங்களை மீண்டும் காலனியாதிக்க உடமையாக்கும் சட்டப்பூர்வமான சதியே இது. இந்திய, பன்னாட்டுப் பெருமுதலாளிகளின் லாபத்திற்காக இந்தியச் சிறு நிலவுடைமையாளர்கள், ஏமாற்றி பலியிடப்படு கின்றனர்" என்கிறது ஒரு ஆய்வு அறிக்கை.

இந்தியப் பத்திரிகைகளில் வரும் முழுப்பக்கக் கவர்ச்சியான நில வணிக விளம்பரங்கள் (இந்திய வெனிஸ்) போன்றவற்றின் பின்புலம் ஆபத்தானது. "இந்திய நிலம் சர்வதேசச் சந்தையுடன் கோர்க்கப்படுகிறது. இனி நிலம் ஒரு புதிய பொருளாதாரக் கருவி. இனி நிலம் பண்பாட்டு அடையாளமல்ல. ஏழைகளின்

உடைமையல்ல. ஒரு பணம் சார்ந்த பெரும் சூது. மனிதர்கள் வாழ்வதற்கான வீடு என்பதற்கான வணிகமல்ல இது. சர்வதேச, உள்நாட்டு முதலாளிகளுக்கு இதன் பின் ஒரு பெரிய மர்மம் புதைந்துள்ளது. இந்திய வளர்ச்சி எதிர்காலம் பற்றிப் பெரும் ஆருடங்கள், மக்களை ஏமாற்றும் கவர்ச்சி யுக்திகள் மூலம், ஒரு ஜொலிக்கும் இந்தியா மாற்றாக வருகிறது என உடுக்கை யடிக்கின்றனர். போலித்தனமான அரக்கு மாளிகையில் நம்மைக் குடியேற்றும் சதி. கற்பனை எதிர்காலத்தில், இந்திய அறிவு ஜீவிகள் நிர்வாணமாக நடக்கின்றனர். ஒரு மாற்று இந்தியா உருவாக்கும் முயற்சி நடக்கிறது" என்கிறது மற்றொரு ஆய்வு.

பெரும் பொருளாதார வீழ்ச்சியை எதிர்நோக்கி நகர்கிறோம். "பல யூக வணிகங்கள் போல, லாபம் வரும்முன் அது பற்றி அக்கறை பெருக்கிக் காட்டப்படுகிறது. மக்களையும், முதலீட் டாளர் களையும் கவரும் முயற்சிகள் தொடர்கின்றன. லாபத்தை எப்படிக் கணக்கிடுகிறார்கள்? நில வணிகர்கள் மக்களை எப்படிக் கவர்கிறார்கள்? உண்மைதான் பேசுகின்றனரா? அவர்களின் கவர்ச்சிகரமான, மிகைப்படுத்தப்படும் அறிமுக விளம்பரம் போலித்தனமான எதிர்கால லாபத்தைக் காட்டு கிறது. வளர்ச்சி மற்றும் லாபம் மக்களை விட்டில் போல இழுக்கின்றன. கண்கவரும் கட்டிடங்கள் மாயத் தோற்றத்தை உருவாக்குகின்றன. இவற்றை மீறி வறுமை, வேலையின்மை, இயற்கை அழிப்பு, சமூக ஏற்றத் தாழ்வுகள் நம் கண்முன் வளர்ந்து வருவதையும் பார்க்கிறோம். விமானத் தளங்கள், மால்கள், நட்சத்திர ஓட்டல்கள், கார்ப்பரேட் மருத்துவமனைகள், நாற்கரச் சாலைகள், கால்ப் மைதானங்கள், தொழில் பூங்காக்கள் போன்றன சாதாரணமான பெரும்பான்மை மக்களின் குடிநீர், கழிப்பறை, பொதுப் போக்குவரத்து, அரசு மருத்துவமனை, வீடுகள் இவற்றை பலியிட்டே வளர்கின்றன".

பெருநகரங்கள் மட்டுமல்ல. அதன்பின் அடுத்த நிலை சிறுநகரங்களும் இந்த ராட்சச நிலப் பசிக்கு இரையாகப் போகின்றன. இந்த லாப வேட்டைக்கு உள்நாட்டு, வெளிநாட்டுப் பண முதலைகளை அழைக்கின்றனர். உலகப் பணமூட்டைகள் இந்தியாவைத் தமது வேட்டைக்காடாக்கி வருகின்றன என் பதைப் புரிந்துகொள்ளவில்லையானால், நாம் இந்த நில அபகரிப்பாளர்களின் கோர முகத்தைக் காணமுடியாது. நில வணிகம் பெரு லாபவணிகத்தின் ஒரு முகம்.

கார்ப்பரேட் நகரங்கள் - தனியார்மயச் சோதனைச் சாலை.

SEZ தனியார்மயத்தின் புதிய அத்தியாயம் தமது சூழலிலிருந்து முற்றிலும் வேறுவிதமாக செயல்பட வேண்டியுள்ளது. அவை யூனியன் ஆளுமை மாநிலங்கள் போலத் தனித்து இயங்கு கின்றன. இதில் நகராட்சி, மாநில, மத்திய நிர்வாகப் பிரதி—நிதிகள் இல்லை. தொழிலாளர் வாரியம், சட்ட விதிமுறை கட்டுப்பாடு எதுமற்ற சுயாட்சி அமைப்புகளாக இயங்க உரிமை பெற்றுள்ளன. *SEZ* மீது நகராட்சி, பஞ்சாயத்து, கிராமசபை, ஆகியவற்றின் கட்டுப்பாடு எதுவுமில்லை. தனியார்மய எதேச் சதிகார ராஜ்யம் அது. அரசியல்சாசன *73, 74* வது திருத்தங்கள் தரும் பஞ்சாயத்து உரிமைகளுக்கு இடமில்லை. கிராம மக்களின் நீர்நிலைகள் மாசுபடும், வரண்டு போகும், மேய்ச்சல் நிலங்கள் தடுக்கப்படும். ஆனால் அதை யாரும் தடுக்க முடியாது, சீனாவின் ஷென்ஜின் பெரும் எச்சரிக்கை மணியோசை எழுப்புவதை, இந்திய ஆட்சியாளர்கள் கேட்கத் தயாராக இல்லை.

*SEZ*க்குள் நுழையவும் சங்கிலியிட்ட வாயில், காவலாளி, அடையாள அட்டை என ஆயிரம் தடைகள். ஒரு அன்னிய தேசத்துள் நுழைவது போன்ற உணர்வு. சுதந்திரம் பொருளற்ற சொல்லாக்கப்படுகிறது. காலப்போக்கில் பொதுமக்களின் உரிமைகள் யாவும், கார்ப்பரேட் கைகளில் சங்கிலியிட்டுத் தரப் பட்டுவிடும்.

SEZ எனும் சாவித்துளை வழியே, அது உருவாக்க உள்ள எதிர்கால சொர்க்கம் காட்டப்படுகிறது. அதனுள் கார்ப்பரேட் சுயராஜ்யம், காந்தி கனவுகண்ட கிராம சுயராஜ்யத்திற்கு எதிராகவே கோலோச்சும். கார்ப்பரேட் இந்தியாவின் முன்மாதிரி *SEZ* ஏழைகள், சேரிகளற்ற, செயற்கை நீரூற்றுகள், ப்ளாஸ்டிக் பூச்செடிகள் கொண்ட நறுமணம்மிக்க புதிய உலகம். எந்தச் சட்டமும் அவர்களைக் கட்டுப்படுத்தாது. கட்டுப்படுத்தப்படும் சட்டங்களே திருத்தப்படும். கார்ப்பரேட் நலனுக்கு எதிரான எதுவும் தேவையற்றதாகிவிடும்.

உன்னத உலக நகரமயம், மெட்ரோ - பறக்கும் ரயில்கள்

மெட்ரோ நகரங்களின் உருவாக்கம் நம்மை முதலாளித்து வத்துடன் இணைக்கும் பாலமாகின்றன. அவை நம்மைப் புதிய உலகுக்குக் கொண்டு செல்லும் ரயில் என்ஜின்கள். உலகைக் கவர்ந்திழுக்க அவைகளுக்குள் போட்டி. ஒவ்வொன்றும் உலக

அழகிப்போட்டிகளில்பூனை நடைபோடும்பாவப்பட்ட அழகிகள் போல முகப்பூச்சிட்டு நடைபயிலட்டும். எதை விலையாகக் கொடுத்தும் ஒலிம்பிக், காமன்வெல்த் கிராமப்புறங்களும், ஏழை உழைக்கும் மக்களும், இந்த உலக நகரங்கள் உருவாக்கத்தின் அடித்தளக் கற்களாகப் புதைக்கப்படுகின்றனர்.

உலகநகர உருவாக்கத்திற்கேற்ப நமது ஆட்சிமுறை மாறிவருகிறது. மாற்றப்பட்டுவருகிறது. சட்டங்கள் வளைக்கப்படுகின்றன. பண உருளைகள் முன் சாதாரண மக்களின் உரிமைகளும், நீதியும் மிதித்து சமன்படுத்தப்படுகின்றன. தேர்ந்தெடுக்கப்படாதவர்கள், குற்றவாளிகள், வலிமை பெற்றவர்கள், கருப்புப்பணக்காரர்களின் மறைமுக ஆட்சி ஜனநாயக முகமூடியிட்டு உலா வருகிறது. அவர் கள் அரசுகளை உருவாக்கும் வலிமை பெற்று வருகின்றனர்.

நகர்ப்புற சீர்திருத்தச் சட்டத்தை இந்திய, வெளிநாட்டுப் பெரு வணிகர்கள், கார்ப்பரேட் முதலாளிகள், உலக வங்கி போன்ற வற்றின் தேவைக்கேற்ப வடிவமைக்க மத்திய அரசு தயாராக நிற்கிறது. அதற்கான முயற்சிகள் தோல்விகளின் பின்னும், திரும்பத் திரும்ப மேற்கொள்ளப்படுவதைக் காண்கிறோம்.

ஜவகர்லால் நேரு தேசிய நகர்ப்புற புத்தாக்க முயற்சி என்பது இதன் முன்னோடி. நகர்ப்புற வளர்ச்சிக்கு 1 லட்சம் கோடி செலவிடப் போகின்றனர். சாட்டிலைட் சிட்டி, ஸ்மார்ட் சிட்டி, மெட்ரோ ரயில், நாற்கரச் சாலை எனப் புதுப்புதுப் பெயர்களில் கட்டுமான வேலைகள், 63 நகரங்களுக்குப் புதுமுகம் தர புதிய முயற்சிகள் நடக்கின்றன.

இவற்றில் நிலம் எவ்வித சட்டக் கட்டுப்பாடுகளுமின்றி விடுவிக்கப்படும். நிதி திரட்டல், உள்ளமைப்புக்கான முதலீடு, தனியார் பொதுக்கூட்டு, நகர்ப்புற நில உச்சவரம்பு ஆகியன முதலாளிகளின் தேவைக்கேற்ப மாற்றப்படுகின்றன. பெரும் நில முதலைகளின் வசதிக்கேற்ற தீனியாக, சாதாரண மக்கள் பலியிடப்படுகின்றனர். மாநில அரசுகள், கார்ப்பரேட் தேவைக் கேற்றபடித் தமது சட்டத்தை மாற்றாத வரை மத்திய அரசு நிதி வழங்கப்படுவதில்லை. இதில் சாதாரண, மத்தியதர வர்க்க ஏழை மக்களின் வீட்டுத் தேவை பற்றிய அக்கறை காட்டப்படு வதில்லை. இவர்களே பெரு நகரங்களின் 60 விழுக்காட்டினராக உள்ளனர். ஆனால் உயர்தட்டு மக்களின் ஆடம்பரக் கட்டு மானங்களுக்கான நிதி உடனடியாக வழங்கப்படுகிறது.

நகராட்சியின் தேவைக்கான நிதியும், இந்த உயர்மட்டத் தேவைகளை ஈடு செய்வதற்கான செயல்பாடுகள் கொண்டே திறந்துவிடப்படுகிறது. சுய வருமானம் பெறத்தக்க கட்டுமானங் களுக்கே முன்னுரிமை தரப்படுகிறது. நகரங்களைத் தேர்வு செய்வதிலும் பாரபட்சம் காட்டப்படுகிறது. 2007ம் ஆண்டு தேசிய நகர்ப்புற வீடு — வாழ்விடக் கொள்கை, 90 விழுக்காடு வீட்டுத் தேவை பொருளாதார வசதியற்றோருக்கே உள்ளது என்கிறது. ஆனால் அது பற்றிப் பெரிதும் கவலைகாட்டவில்லை.

இதற்கான சிறந்த உதாரணம் மும்பை சர்வதேச பொருளாதார மையம் வளர நிதி வழங்கப்பட்டுள்ளது. உயர்மட்ட நகர்ப்புற வளர்ச்சி நிபுணர்கள் குழு அரசால் அமைக்கப்பட்டு, குறிக் கோளை விரைவில் எட்டத் திட்டமிடப்பட்டுள்ளது. இதன் மூலம் லண்டன், சிங்கப்பூர், நியூயார்க் நகரங்களிலிருந்து நிதியைக் கொண்டுவர முயல்கின்றனர். இந்நகரங்கள் சர்வதேச ஆலோசனைகளையும், சட்ட வழிகாட்டலையும், வரி நிர்வாக யுக்திகளையும், சொத்துக் கணக்கிடல் போன்றவற்றையும் நிர் வகிக்க உதவுகின்றன. பங்குச் சந்தை இந்நகரங்களில் பெரிதாகி உள்ளது. அன்னியச் செலாவணியும் இங்கு அதிகம் உள்ளது.

இந்தியப் பெருநகரங்களில் உலக நிதியைக் கவர்ந்திழுக்கும் வகையில் திட்டங்களும், வளர்ச்சியும் தூண்டப்பட வேண்டும். உலகப் பெரும் நிதி நிறுவனங்கள் கடைபரப்ப அனுமதிக்க வேண்டும். இதில் பணக்கார இந்தியர்களையும் அனுமதிக்கலாம். உயர்மட்ட இந்தியா உலக முதலீட்டில் முன்னணி வகிக்க அனுமதிக்கப்பட வேண்டும்.

இந்திய நகரங்களின் எதிர்காலம் - பெரு நகரக் குடியரசு?

மூன்றாம் உலக நாடுகளின் நகரங்களின் எதிர்காலம் குறித்து, நகர்ப்புற ஆய்வு அறிஞர் மிக் டேவிஸ் அதிர்ச்சியூட்டும் தகவலைத் தருகிறார். "இந்த மாநகரங்கள் சொர்க்கமாவதற்கு பதில், 21ஆம் நூற்றாண்டில் குப்பை, கழிவு, சாக்கடை, விஷங் களின் நடுவே மூச்சுத் திணறிச் சாகும்" என்கிறார்.

இதுதான் எதிர்காலப் பெருநகரங்கள் பற்றிய உண்மைச் சித்திரம். மேதாவிகள் கணினி உலகத் தீவுகளில் சஞ்சாரம் செய்து வருகிறார்கள். நகர்ப்புற மாந்தருக்கு மகிழ்வாக வாழ வழியில்லை. வேலைப்பளுவில் அழுந்திக் கிடக்கின்றனர்.

தினசரி வாழ்வே பெரும் கேள்விக்குறியாகி உள்ளது. அடிப்படை வாழ்க்கைத் தேவைகளை ஈடு செய்யவும் வழியின்றி, ஓடிக் கொண்டுள்ளனர். வளர்ந்து வரும் சமத்துவமின்மை, நிலையற்ற பணிச்சூழல், வாழ்வின் மன அழுத்தம், பண வீக்கம், மனிதாபிமானமற்ற பணிச்சூழல், வாழ்வுத்தரம் அழிவு ஆகியன அவர்கள் பெறும் வருமானம் பெரிதான போதும், வாழ்வைத் துயரமயமாக்கியுள்ளது.

சமூகப் பொருளாதாரத் தனிமைப்படல் ஒவ்வொருவரையும் மன நோயாளியாக்கி வருகிறது. இதுவரை இந்திய நகரங்களின் பணக்காரர்களும், ஏழைகளும் ஒருவரை ஒருவர் சார்ந்து வாழ்ந்து வந்தனர். இந்த பரஸ்பரச் சார்பு நிலை தொடர்ந்த போதும், இரண்டு வர்க்கத்தினரும் ஒருவரை ஒருவர் சந்திக்க முடியாதபடி இரு வேறு உலகங்களாகப் பிரிந்து வாழ நேர்ந்துள்ளது. சமூக அடுக்குகள் எண்ணெயும் தண்ணீரும் போல ஒன்றிலிருந்து ஒன்று பிரிந்து கிடக்கின்றன. படித்த மேல்தட்டு வர்க்கம் சமூக உணர்வின்றி பணக்காரர்களின் கையாட்களாகிக் கொண்டுள்ளனர். தனித் தொழிலாளர்களின் தேவையை அதற்கான கம்பெனிகள், நிறுவனங்கள் கவனிப்பதாக மாறியுள்ளன. வீட்டுவேலை, சலவை, காவல், தோட்ட வேலை யென அனைத்தும் நிறுவனங்கள் மூலம் இயந்திரத்தனமாக ஒப்பந்தக் கூலி அடிப்படையில் செய்யப்படுகின்றன.

மக்களுடன் தொடர்பற்ற மதிற்சுவர்களுக்குள் அடங்கிய தனிமைக் குடியிருப்புகள், பலமாடிக் கட்டிடங்கள், குறிப்பிட்ட பொருளாதார வர்க்கத்திற்கான தனிக்குடியிருப்புகள் உருவாகியுள்ளன. அவர்களும், அவர்களது குழந்தைகளும் மற்ற சமூகத்தின், பிற வர்க்கத்தினரின் வாசனை கூடப்படாமல் வளர்வதற்கான வாழ்வுச் சூழலும், பள்ளிகளும் உருவாக்கப்பட்டுள்ளன. வர்க்கப் பெருமை உணர்த்தும் இந்த மதிலிட்ட கோட்டைக் குழுமங்கள் இனவெறி சமூகத்தின் நீட்சியாகவே தோன்றுகிறது.

பழைய பிரிட்டிஷ் காலனியாதிக்க காலத்திலிருந்து இன்றைய உலகமய இந்தியா ஒரே விஷயத்தில் மாறுபட்டுள்ளது. சரியாகவோ, தவறாகவோ யார் வேண்டுமானாலும் பணவசதி பெற்று மேல்தட்டினராகிவிட முடியும் என்ற நம்பிக்கையை வளர்த்துள்ளது. ஒவ்வொருவரிலும் தனித்துத் தன்வர்க்கம் சார்ந்தவர்களுடன் கோட்டைக் குடியிருப்புகளில் வாழும் விருப்பம் வளர்ந்து வருகிறது. வர்க்கப்பிரிவினை புதுவடிவம் பெற்று

வருகிறது. கோடீஸ்வரக் கனவுகளில் இளைய தலைமுறை மிதக்கிறது.

சமூக அளவிலும், பார்வையிலும் இரு முரண்பட்ட வாழ்வு முறை, நகரங்களில் உள்ளது. ஆடம்பர மாளிகைகளின் நடுவே குடிசைகளும், சிறு வீடுகளும் இருந்து வருவதை மாற்றும் முயற்சிகள் வேகமாக நடந்து வருகிறது. அவற்றை அகற்றியும், எரித்தும் ஒரே வர்க்கக் குடியிருப்புகளாக்கும் முயற்சி தொடர்கிறது. இதை உலக வங்கி மற்றும் தனியார் நிதி நிறுவனங்கள் நிதி வழங்கி ஊக்குவித்து வருகின்றன. உள் கட்டமைப்பு எனும் சொல் ஒரு புறம் சுற்றியுள்ள ஏழைகளை விரட்டுதல் என்பதுடன், பணக்காரர்களுக்காக கோட்டைக் குடியிருப்புகளை உருவாக்குதல் என இரண்டுக்கும் பொருந்தும். ஏழைகளிடமிருந்து நிலம் பிடுங்கப்பட்டுவருகிறது. சென்னை போன்ற மாநகரங்களில் நகரின் நடுவே சிறுசிறு தீவுகளாக வாழ்ந்து வந்த ஏழைக் கூலித் தொழிலாளர்களெல்லாம் ஊர் எல்லையை விட்டு 20—30 மைல் தொலைவில் கூட்டுக் குடியிருப்புகள் என்ற பெயரில் தீண்டத்தகாதவர்களாகப் பலமாடிப் பெட்டிக் குடியிருப்புகளில், குருவிக் கூடுகளுக்குள் அடைக்கப்படுகின்றனர். அவர்களின் அடிப்படைத் தேவைகளுக்கும், குழந்தைகள் கல்விக்கும், வேலைக்கும் தினமும் 30 கிலோமீட்டர் போய் வருகின்றனர். விடியற்காலையில் வீட்டை விட்டுப் புறப்பட்டு, பொழுதுசாய்ந்து இருட்டில் வீடு திரும்புகின்றனர். இது ஒரு வகையான இன ஒதுக்கலே.

“மிகப்பெரிய கனமான அலங்கார நுழைவாயில், உயர்ந்த இரும்புக் கதவு, காவலாளி அறை, பெயர் கேட்டு அனுமதிப்பு, அடையாள அட்டை இவற்றுள் உடைமைக்கும், உயிருக்குமான ஆபத்தைச் சிந்தித்தே அச்சத்தில் வாழும் பணக்காரர்கள், கோட்டை மதிலுக்குள் இருக்கும் ராஜபரம்பரைகள், காற்றும் புகாத குளிரூட்டப்பட்ட கண்ணாடி மாளிகைள், காவலாளிகள்” என இந்தக் கோட்டைக் குடியிருப்புகள் பற்றிய ஒரு சொற் சித்திரம் புகழ் பெற்றது. இவை அச்சத்தின் அலங்கார வடிவங்கள் என்கிறார் ஒரு நைஜீரிய சமூகவியலாளர்.

இந்தத் தனிமைக் கோட்டைகள் நமது மனநிலையை உணர்த்துகின்றன. நாம் யார்? யாருடன் உறவு கொள்ள விரும்புகிறோம்? மும்பையும், தில்லியும் ஷாங்காய் போலவும், பாரிஸ் போலவும் மாற்றப்படுவது நமக்கு உறுத்தலைத் தர வேண்டும். ஆனால்

நம்மிடம் அப்படி ஒரு உறுத்தலின் சாயல் கூட இல்லை. இயல்பாகவும், பெருமையுடனும் ஏற்கிறோம். நமக்கு அவை இல்லையே என வருந்துகிறோம்.

நீச்சல் குளம், ஜிம், ஸ்பா, கால்ப், அழகு நிலையம், பூங்கா, கடைகள் எனக் கோடீஸ்வரக் கோட்டைக் குடியிருப்புகள் வர்க்க முரண்பாட்டை வளர்த்துவரும் ஆபத்தை யாரும் உணர்வதாகத் தெரியவில்லை. ஏழைகளைக் காணவும், முரண்படவும், குற்ற உணர்ச்சியோ, வெறுப்போ இன்றித் தமக்கான உலகில், தம் வர்க்கத்துடன் வாழும் நிம்மதியைப் பெறுகின்றனர்.

மூன்றாவது உலகில் உருவாகிவரும் இந்த வர்க்கப் பிரிவினைக் கோட்டைக் குடியிருப்புகள் பற்றி மீக் டேவிஸ் "கோட்டை கட்டிய, மாயாவிக் குகைகள் நகரின் விளிம்பில் சமூக உறவு அனைத்தையும் ஒதுக்கி, கணினிமய மாய சுயவட்டத்துள் மிதந்து கொண்டுள்ளன. பளபளக்கும் குடியிருப்புகளும் மூன்றாம் உலக நகர்ப்புறக் குட்டி முதலாளிகள் தங்கள் நாட்டிலிருந்து விடுபட்டு, குடியுறவுகளை மறந்து, மறுத்து, உயர் வானுலகவாசிகள் போல, சுயமாக விதித்துக் கொண்ட அகதி வாழ்வை விரும்பி ஏற்று வாழ்கின்றனர். பண வழிபாட்டுக் குழுவினர், பணப் பூசாரிகள் ஆகியோர் தாமாக விதித்துக் கொண்ட சுகமான தங்கச்சிறைப் பறவைகள்" என்கிறார்.

கார்ப்பரேட் தேசியம் வளர்க்கப்படுகிறது. 1947ல் பெற்ற சுதந்திரம் ஜாதி, மதம், மொழி, இனம் கடந்து இந்தியர் யாவரும் சகோதரரே என்பது வெறும் சொல்லாடலாக, பாடநூல்கள் முதல் பக்கத்தில் அலங்காரச் சடங்காக மட்டுமே நிற்கிறது. எல்லைகளைக் காப்பது மட்டுமல்ல, மக்களுக்குள்ளான வர்க்க வெறித் தடைச்சுவர்களை உடைப்பதும் ஜனநாயக அரசின் கடமை. உலகமய இந்தியா இதை மறந்து வருகிறது. சக மனிதன் மீதான பாசமும், பரிவும், அக்கறையும் வசதி பெற்ற வர்க்கத்தில் மங்கி மறைந்து வருவது ஆபத்தானது. வன்முறைகள் தீர்வு என அபாக்கியவான்கள் நினைத்தால், அதற்கு அற உணர்வு குறைந்து வருவதே காரணமெனலாம்.

ஏழைகளை அப்புறப்படுத்துவது உலகமயக் கலாச்சாரத்தின் ஒரு முகம். ஆடம்பர அடுக்குமாடி, கோட்டை குடியிருப்புகள் நகரைத் தர வாரியாகப் பிரிக்கிறது. இது வேற்றுமையை வளர்ப்பதனாலே விளையும் தீமையே.

இப்போக்கின் நீண்டகால விளைவுகள் என்ன? உலகு தழுவிய கார்ப்பரேட் அரசு சட்டரீதியிலான அங்கீகாரம் பெற்றால், அதை அரசியல் ரீதியில் போராடித் தடுக்கத் தவறினால், இப்பகுதியில் அது அமெரிக்க மாதிரிக்கு எதிரான விளைவுகளை உண்டாக்கும். நகரின் மையப்பகுதிகளில் கோட்டைக் குடியிருப்புகள், பல்வேறு செல்வ நிலைக்கேற்ப பல சுற்றுக்களாக உருவாகியிருக்கும். அவற்றிற்காக நகரிலிருந்த ஏழைகளின் வாழ்விடங்கள் பறிக்கப்பட்டு அவர்கள் நகரைச் சுற்றி விளிம்புகளுக்குத் தள்ளப்படுவர். குறைந்த வருமானமும், வாழ்க்கைப் பாதுகாப்பும், அடிப்படைத் தேவைகளுமற்ற அவர்கள், உள்சுற்று பணக்கார மையங்களுடன் உறவற்று தனித்துக் கிடப்பர். முற்றுகைக்கு உட்பட்ட போர்க்களம் தான் நினைவுக்கு வருகிறது. இந்தப் புறநகர்ப்பகுதிதான் மையமான பணக்காரக் கோட்டைகளுக்கான குடிநீரும், உணவும், பிற தேவைகளையும் தருவது. பகைமை நெருப்பும், ஒதுக்கல் வெறுப்பும் சுற்றி எரியும் வளையத்தின் நடுவே பாதுகாப்பான கோட்டைக் குடியிருப்புகள் உள்ளது வெறும் தோற்றமே.

இவற்றில் தீவிர அரசியல் விழிப்புணர்வுக் குழுக்கள் அரசின் சமத்துவம் பேணா அலட்சியத்தால் வளர்வதைத் தடுக்க முடியாது. காடுகளின் மையங்களில் இன்று காணும் தீவிரவாதம் காடுகளை விட்டு விளிம்புகளுக்குப் பரவலாம். இவ்விதம் ஒரு மையத்தில் அதிகாரமும், செல்வமும் குவியக் குவிய, புதிய அதிகாரத் தீவுகளும், எதிர்ப்புகளும் உருவெடுக்கக் கூடும். இது பலமான மன அழுத்தத்தையும், பாதுகாப்பற்ற உணர்வையும் வளர்க்கும். சமூக முரண்பாடுகள் வளரும். வளர்ச்சி, முன்னேற்றம் பற்றிய கனவுகள் கலையத் துவங்கும் போது, லட்சக்கணக்கான விடுபட்டவர்கள், விளிம்பு நிலைக்குத் தள்ளப்பட்டவர்கள், விரக்தியுற்றவர்கள் கூட்டம் அதிகரிக்கும். இப்போதே நம்பிக்கைகள் பொய்யாகிப் போன நாடுகளில் மக்கள் எழுச்சி ஆபத்தானதாக மாறியுள்ளது.

இந்தக் கார்ப்பரேட் நகரங்கள் பொன்னுலகக் கனவுடன் சட்டத்தையும், அரசையும், அதிகாரத்தையும், ஜனநாயகத்தையும் தமது சக்திகளுக்கு கீழ் கொண்டுவருவது, சமூக மோதலுக்கு வழிவகுக்கும். சிதம்பரம் கனவு காணும் 85 விழுக்காட்டை நகர்மயமாக்குதல், ஒரு பேய்க்கனவாகவே முடியும் நீர்க்குமிழிகள் அமைதியாக உறங்குவதில்லை. ஒதுக்கப்பட்ட சுற்றியுள்ள விளிம்பு மனிதக் கூட்டம், மையத்தினரின் உணவு, தண்ணீர்,

ஆற்றல், தினசரித் தேவைகள், கழிவுகளின் வெளியேற்றம், உழைப்பு என அனைத்தையும் வெட்டிவிட முடியும். காவலர்களும், ராணுவமும் கொண்டு மட்டுமே இவற்றைக் காக்க முடியும். தமக்கான இடத்தைக் கேட்பவர்களை தேச விரோதிகள், தீவிரவாதிகள், மாவோயிஸ்ட்டுகள் என ஏதாவது முத்திரை குத்தி முடித்துவிட முயலக்கூடும். கடைசியில் இந்த கார்ப்பரேட் தேசியவாதம் சமூகத்தின் முன் அம்பலமாகும்.

உள்நாட்டுக் காலணியாதிக்கம் உறுதிபெறுகிறது

கிராமப்புற இந்தியா மாற்றாந்தாய் மனப்பான்மையுடன் நடத்தப்படுமானால், கார்ப்பரேட் இந்தியா தங்கத் தாம்பாள விருந்தில் திளைக்குமானால், இரண்டுக்குமிடையிலான முரண்பாடு, மோசமாக வெடிக்கக் கூடும். இதற்கான அடிப் படைக் காரணங்களை அரசியல் தலைவர்கள் அறிவார்கள். ஆனால் துரும்புகள் ஆற்றின் போக்கை மாற்றி விடுவதில்லை. முன்னாள் பிரதமர் மன்மோகன் சிங், "நமது நவீனப் பொருளாதார வளர்ச்சியில் பழங்குடி மக்களுக்கு அவர்களுக்கு உரித்தான பங்கு எதுவும் தரப்படவில்லை. பல ஆண்டுகளாக வளர்ந்து வரும் ஒதுக்கலும், தவறுகளும், பயங்கரமான முடிவைச் சந்திக்க வேண்டியுள்ளது. இவை இனியும், பொறுத்துக் கொள்ளக் கூடியதாக இல்லை" என்று தாமதப்பட்டு எச்சரிக்கிறார்.

நிலம் கையகப்படுத்தல் ஆதிவாசிகளின் வனப்பகுதிகளில் மகத்தான பாதிப்புகளை உருவாக்கியுள்ளது. தேச விரோதிகள் என்றும் முதன்மை ஆபத்து என்றும் முத்திரை குத்தி பசுமை வேட்டையை அரசும், சல்வா ஜுடுமும் மேற்கொண்டன. சிறப்பு ஐந்தாம் பிரிவு என வகைப்படுத்தப்பட்ட வனப்பகுதிகளில் நடந்த சட்ட அங்கீகாரமற்ற அரசு வன்முறைகளை உச்ச நீதி மன்றமே கண்டித்துள்ளது. பழங்குடி மக்களின் உரிமைகளை அலட்சியப்படுத்திச் சுரங்க முதலாளிகளுக்காகக் காடுகள் தாரை வார்க்கப்பட்டன.

பழங்குடி வன உரிமை காகிதத்தில் மட்டுமே நின்று போனது. அரசு அறிக்கையே, "ஆதிவாசிகளை வாழ்விடங்களிலிருந்து விரட்டுவது, தடையின்றி நடக்கிறது. அதுவும் குறிப்பாகப் பாசன வசதியும், நவீன விவசாயமும் நடக்கும் பகுதியில் வேகமாக நடக்கிறது. சாலைகள், தொழிற்சாலைகள், நகரமயமாதல் பெரும் பகுதிகளை ஆக்கிரமித்து வருகிறது" என்று கூறுகிறது.

அரசுத் துணையுடன் கார்ப்பரேட் முதலாளிகள் மத்திய, கிழக்கு இந்தியப் பகுதிகளில் ஆதிவாசிகளை விரட்டியடித்து நிலத்தைப் பறிப்பது மிக வேகமாக நடந்துவருகிறது. உலகின் சிறந்த இரும்பு, நிலக்கரி, பாக்சைட் போன்ற கனிமங்கள் பெருமளவில் கிடைக்கும் பகுதிகள் என்பதால் ஆக்கிரமிப்பு வன்முறையுடன் நடக்கிறது. ஆனால் இந்த இடங்களில்தான் மாவோயிஸ்ட்டுகள் வலிமையுடன் அரசு புரிகின்றனர்.

கனிம வேட்டை சட்டத்திற்குப் புறம்பாக வேகமாக நடக்கிறது. ஒடிசா கனிம வளம்மிக்க மாநிலம். ஆனால் இங்குதான் வறுமையும் அதிகம். இந்தச் சின்ன மாநிலத்தில் 45 இரும்பு உருக்கு ஆலைகள் உள்ளன. மக்கள் அரசின் வெறித்தனமான கனிமச் சுரண்டலை எதிர்க்கின்றனர். ஆலைகள் மலிந்த பகுதி எப்போதும் போர்க்களம் போல, ராணுவம் குவிக்கப்பட்டே உள்ளன. தீவிரமான அரசியல் போர்க்களமான அதில் மக்கள் வாழ்வாதாரமான நீர்நிலைகளும், காடுகளும், அரசால் வன் முறையுடன் பிடுங்கப்பட்டுவருகிறது. டாடா, ஜின்டால், மிட்டல், போஸ்கோ, பிர்லா, அல்கேன், வேதாந்தா என அத்தனை பெரு முதலாளிகளும் அங்கு முகாமிட்டுள்ளனர். பல்லாயிரக்கணக்கான ஏக்கர் விளைநிலம் பறிக்கப்பட்டு, அழிக்கப்பட்டுவிட்டது. காடுகள் வெட்டப்பட்டுவிட்டன. நீர் நிலைகள் மாசுபட்டுச் சிவந்து கிடக்கின்றன. காற்று ஆலைப் புகையால் கருத்துக் கிடக்கிறது. சீனாவை வென்று பொருளாதார வல்லரசாகும் ஆசையே அரசை விரட்டிக்கொண்டுள்ளது.

போலீஸ், ராணுவத் தாக்குதலில் பல ஆதிவாசிகள் செத்துள்ளனர். எனினும் மண்ணுக்கான மக்கள் போராட்டம் தொடர்கிறது. “நீர், வனம், மண், வாழ்வு” என்பன எந்த இழப்பீட்டாலும் ஈடுசெய்துவிட முடியாத உயிராதாரங்கள். மறுவாழ்வு, வேலை வாய்ப்பு என்பன இழந்த வாழ்வா தாரங்களை ஈடுசெய்ய முடியாது. நிலமா, காடா, வாழ்வா என்ற போராட்டம் வரும்போது உயிரைக் கொடுத்தும் வாழ்வாதாரங் களைக் காப்போம் என மக்கள் துணிந்து முன்னிற் கின்றனர். உள்ளனவற்றையாவது காப்பதற்கு உயிரையும் தருவோம் என்கின்றனர்.

ஒடிசாவின் மக்களுக்குப் பயன்படாத, வாழ்வை அழிக்கும் வளர்ச்சி யாருக்காக? தங்களுக்குப் பயன்படாத தொழிற் சாலைகள் தங்கள் மண்ணில் தேவையில்லையென்று சொல்லும்

உரிமையை மண்ணின் மக்களுக்கு மறுப்பது ஜனநாயகமா? அவர்கள் மண்ணைச் சுரண்டி, காட்டை அழித்து, நீரைக் கெடுத்து எவரோ கோடிகள் குவிப்பதை அரசு எப்படி அனுமதிக்கலாம்? அதற்காக மக்களை விரட்டியடிப்பது எப்படி ஏற்புடையதாகும்? மாநிலத்திற்கு அதன் காடுகளை அழித்து எடுக்கும் இரும்புக் கனிமத்திற்கு டன்னுக்கு 150 தந்து, ஜப்பானுக்கு அதையே 3000க்கு விற்கின்றனர். இதனால் மத்திய அரசு 10 சதம் அன்னிய முதலீடு பெறுகிறது.

இத்தனை பெரிய லாபத்திற்காக (10 மில்லியன் — இது ஒடிசா வின் மொத்த ஜிடிபியில் பாதி) டாடா ஏங்லோ பிரெஞ்ச் கம்பெனியின் கடனைச் செலுத்தத் தயாராக உள்ளது. இது அலுமினியம், இரும்பை பணக்கார நாடுகள் மலிவாக வாங்க உதவும். இவற்றை சுத்தம் செய்து மிஞ்சும் நச்சுக் கழிவுடன் இந்திய மக்கள் சாவது பற்றி எவருக்கும் கவலையில்லை. அவர்கள் நாடு சுத்தமாயிருந்தால் போதும். எனவேதான் அயல்நாட்டுக் கம்பெனிகள் தமது நச்சு வேலைகளை டாடா, பிர்லாவுக்கு விற்கின்றனர். மாசுபடுத்தாத கம்பெனிகளை இந்தியர்களுக்கு விற்க அவர்கள் ஏனோ தயாராக இல்லை. மாறாக சேவை நிறுவனத் தொழில்களைப் பன்னாட்டுக் கம்பெனிகள் விரைந்து வாங்கித் தமதாக்கிக் கொள்ளத் துடிக்கின்றன. அண்மையில் எஸ்ஸாரை பிரிட்டிஷ் வோடோபோன் விலைக்கு வாங்கியது.

உலகில் நடந்துவரும் உழைப்பு, மாசு பேரத்திற்கு ஒடிசாவின் சுரங்கத் தொழில் நல்ல உதாரணம். இந்த நீதியற்ற பேரத்தால் கமிஷன் பெறும் அதிகாரிகள், அரசியல்வாதிகள் தவிர ஒடிசா மக்களுக்கு எவ்விதப் பலனுமில்லை. இது முகமூடி போட்டு வரும் சுற்றுச்சூழல் சூறையாடல் கொள்ளை. இது புதிய காலனியாதிக்கம். இந்த கசப்பான உண்மையைக் காண மறுத்து அரசு தலையைத் திருப்பிக் கொள்கிறது. அத்துடன் மண்ணையும், மக்களையும் அற்பக் காசுக்கு விற்கவும் இந்திய அரசு தயாராக உள்ளது.

நவீன் பட்நாயக்கின் அரசு தனது முதலாளிகள் ஆதரவுப் பாதை யில் மகிழ்ச்சியுடன் பயணித்துக் கொண்டுள்ளது. அயல்நாட்டு இந்தியரை முதலீடு செய்ய வரவேற்கிறது. கொரியாவின் போஸ்கோ 12 பில்லியன் முதலீட்டுடனும், அரசு மானியம், சலுகைகளுடனும் இந்தியாவுக்கு வரும் அன்னிய முதலீட்டில் முதலிடத்தைப் பிடித்துள்ளனர். பலமான

மக்கள் எதிர்ப்பின் பின் மத்திய அரசு அதை நிறுத்தி வைக்க உத்தரவிட்டுள்ளது. லட்சுமி மிட்டலின் ஏர்சிலார் மிட்டல் குழுமம் ஒடிசா அரசுடன் ஒரு ஒப்பந்தம் செய்துள்ளது. இதன்படி கியோனிஹார் மாவட்டத்தில் 8000 ஏக்கர் நிலத்தையும், அரசு மானியங்கள், சலுகைகளாக சுமார் 9 பில்லியன் தர அரசு ஒப்புக்கொண்டுள்ளது. இதில் போஸ்கோவை விட 2000 ஏக்கர் நிலம் அதிகம். இதையும் SEZ அந்தஸ்துடன் அனைத்து சிறப்புச் சலுகைகளுடன் தரக் கோரியுள்ளார்கள்.

சதீஸ்கர் நிலை ஒடிசாவைவிட மோசமாக உள்ளது. இதில் கொடுமை என்னவென்றால், ஆதிவாசிகள் கொண்ட கூலி யாட்கள் படையை உருவாக்கி அவர்களையே கொல்வதை, மாநில அரசு சிறந்த திட்டமிடலுடன் செய்கிறது. டாடாக்கள், எஸ்ஸார்கள் கொடுக்கும் பணத்தில் ஆதிவாசிகள் கூலிப் படையான சல்வா ஜுதுமிற்கு சம்பளம் தருகின்றனர். சிறந்த இரும்புத்தாது கிடைக்க எவரையும் பலியிடத் தயாராக உள்ளனர். தண்டிவாடாக் காடுகளில் உள்ள முரியா இனத்தவரின் 640 கிராமங்கள் எரிக்கப்பட்டு, மூன்றரை லட்சம் ஆதிவாசி மக்கள் தமது வாழ்விடத்திலிருந்து விரட்டப்பட்டுள்ளனர். இது வரலாறு காணாத மாபெரும் புலம் பெயரல். அதுவும் வன் முறையால். எத்தனை கொலைகள், எத்தனை கற்பழிப்புகள்! பலரைப் பிடித்து சல்வா ஜுதும் முகாம்களில் காவலில் வைத்துள்ளனர். இதுதான் அரசுக்கும் மாவோயிஸ்ட்டுகளுக்கும் நடக்கும் உள்நாட்டுப் போரின் மையப்புள்ளி. முடிவின்றித் தொடரும் வன்முறைகளுக்கு முடிவு அரசின் நியாயமான செயல்பாட்டில்தான் உள்ளது. மத்திய இந்தியாவின் ஆதிவாசி மக்களுக்கு வளர்ச்சியின் எந்தப் பலனும் இதுவரை எட்டவில்லை. கொலம்பசின் கொள்ளைக்குப் பின்னான உலகின் மாபெரும் ஆதிவாசிகளின் உடமைக்கொள்ளை சுதந்திர இந்தியாவின் அரசால் மேற்கொள்ளப்பட்டு வருகிறது.

ஜார்கண்ட் மற்றொரு மலைவளம் கொண்ட மாநிலம். இதன் காடுகளை அழித்துக் கனிமவளம் தோண்ட வரும் சுரங்க முதலாளிகளை எதிர்த்து மக்கள் வீரம் செறிந்த போராட்டத்தை நடத்தி வருகின்றனர். அரசு விரும்பினாலும் இந்த அழிவுத் திட்டங்களை மக்கள் எதிர்ப்பால் நடத்த முடியாது திணறி வருகிறது. சோட்டா நாக்பூர் நிலச் சட்டம் 1908, ஆதிவாசி மக் களுக்கு ஆதரவானதாக உள்ளது. எனினும் ஆதிவாசி மக்களை ஏமாற்றும் முயற்சிகள் நடந்துவருகின்றன.

பஞ்சாயத்து சட்டம் 1996—பாதுகாக்கப்பட்ட பகுதி நீட்டிப்பு—பஞ்சாயத்துக்களின் கிராம சபைக்கு நில ஆக்கிரமிப்பை எதிர்க்க வலிமை தந்துள்ளது. ஜார்கண்ட், ஒடிசா, சதீஸ்கர் போன்ற மாநிலங்களில் இச்சட்டம் அலட்சியம் செய்யப்படுகிறது. காவல்துறை அராஜகம் மூலம் பழங்குடி மக்களை அச்சுறுத்தி நிலத்தைப் பறிக்கின்றனர். மக்கள் கருத்துக் கேட்பும் கண்துடைப்பாகவே நடத்தப்படுகிறது. ஜார்கண்ட்டில் பஞ்சாயத்துத் தேர்தல் நடந்தே பத்தாண்டுகளுக்கு மேலாகிறது. எனவே வளர்ச்சி வன்முறை கேட்பாரின்றித் தொடர்கிறது.

பழங்குடி மக்களின் நிலம் பறிக்கப்படுவது நாடு முழுதும் நடந்துகொண்டே உள்ளது. நந்திகிராம் ஒரு விரக்தியூட்டும் கோர அனுபவம். நிலங்களைத் தொழிற்சாலைகள், SEZ, சுரங்கங்களுக்காகப் பறிப்பதுடன் நில்லாது அவற்றைச் சுற்றி மதில் எழுப்பி, மறுபுறம் உள்ள மக்களின் வாழ்விடங்களுக்கும், விவசாய நிலங்களுக்கும் போகவிடாமல் தடுக்கின்றனர். பாரம் பரிய வழித்தடங்களை இழந்த மக்கள் அத்துமீறுவதாக கண்டிக் கப்படுகின்றனர். நகர்ப்புறப் பணக்காரர்களின் நிலவெறி வளர வளரக் பழங்குடிகன் துயரமும் வளர்கிறது.

இது எதில் முடியும் என்பது எவருக்கும் தெரியாத ரகசியமல்ல. சமூக முரண்பாடுகள் வளரவளர, அது வன்முறைத் தீர்வை நோக்கி நகர்த்தப்படுகிறது. நக்சல்பாரிகள் எழுச்சி இதன் விளைவே. அரசு துணையுடன் அப்பாவி மக்கள் பெரு முதலாளிகள் நலனுக்காக ஒடுக்கப்படும்போது, அவர்கள் தவிர்க்க முடியாமல் மாவோயிஸ்ட்டுகளைச் சார்ந்து வாழ நேருகிறது.

நாம் அரசு வன்முறையை எதிர்ப்பதால், மாவோயிஸ்ட் வன்முறைகளை ஆதரிப்பவர்களாகிவிட முடியாது. ஆனால் பழங்குடி மக்கள் இருதலைக்கொள்ளி எறும்புகள் போல பாதிக்கப்படுகின்றனர். தம்மை ஆதரிக்காத பழங்குடிகளை மாவோயிஸ்ட்டுகள் கொடுமைப்படுத்துவதையும் காண்கிறோம். அரசு 10 விழுக்காடான பழங்குடி மக்கள் மீது அறிவிக்கப்படாத போரை நடத்துவதையும் நாம் ஆதரிக்க முடியாது. சிறைபிடிக்கப் படும் மக்கள் சித்திரவதைக்குள்ளாவதும், சிறையில் சாவதும் பதிவின்றித் தொடர்கின்றது. அரசின் பசுமை வேட்டை நிலைமையை மேலும் மோசமாக்கவே உதவும். மக்களுடன் பேசுவது, உடன்பாடு காண்பது தவிர பயனுள்ள நிரந்தரத் தீர்வு வேறு எதிலும் கிடைக்கப்போவதில்லை. ஆயுதம் தீர்வல்ல

என்பது உலகறிந்த உண்மை.

சமாதானப் பேச்சுவார்த்தையே தீராத பிரச்சனைகளுக்கும் தீர்வு தந்துள்ளது. அமைதிப் பள்ளத்தாக்கு, காரோ, போபால், பிளாச்சிமடா, இஞ்சம்பள்ளி போன்றவை பேச்சு வார்த்தையின் நன்மை கூறும் நல்ல முன்மாதிரிகள். மக்களின் அமைதிப் போராட்டம், நீதித்துறையின் நியாயமான தலையீடு போன்றவை மக்களையும், இயற்கை வாழ்வாதாரங்களையும் காத்துள்ளன.

மஹா மும்பை SEZ ரிலையன்சின், நாட்டின் மிகப் பெரிய (14,000 ஹெக்டர்) திட்டம். இது வளமான விளைநிலங்கள் கொண்ட 45 கிராமங்களை விழுங்கி இருக்கும். 70 சதம் நிலத்தை நான்காண்டுகளில் ரிலையன்ஸ் பெற வேண்டுமென்பதும், 30 சதம் நிலத்தை அரசு தருவது என்பதும் நிறைவேறாது போனது. உச்ச நீதிமன்றம் இதை விசாரித்து, முதன் முறையாக மக்கள் கருத்தறியும் வாக்கெடுப்பை (2008) நடத்தியது. 85 விழுக்காடு மக்கள் இதை எதிர்த்தனர். உலகப் பெரும் பணக்காரக் கும்பலை ஏழை விவசாயிகள் தமது ஒன்றுபட்ட எதிர்ப்பால் ஜனநாயக முறைப்படி வென்றனர் என்பதை உலகுக்குக் காட்டும் சிறந்த உதாரணம் இது.

போஸ்கோவுக்கு எதிரான தொடர்ந்த அமைதிவழி மக்கள் போராட்டம் இந்தியாவின் பெரிய அன்னிய முதலீட்டு இயற்கைக் கொள்ளையை ஜெகத்சிங்பூரில் நிறுத்தியது. வன உரிமைச் சட்டம் மீறப்பட்டதா என்பதை ஆராய இந்திய அரசு ஒரு குழுவை நியமித்தது. சட்டத்தை மதிக்காமல், தனியார் நிறுவனத்தின் நலனுக்காக அரசுத் துறைகள் செயல்பட்டது கண்டுபிடிக்கப்பட்டது. எனவே அனைத்துக் கட்டுமானப் பணிகளையும் நிறுத்த உத்தரவிட்டது. திட்டத்தை நாட்டின் சுற்றுச்சூழல் சட்டம், வனச்சட்டம் ஆகியவற்றிற்கு உட்பட்டு நடத்த முடியுமா என்பதை ஆய்வு செய்யவும் கட்டளை யிட்டது.

ஒடிசா நியாம்கிரியில் வேதாந்தாவின் மாபெரும் சுரங்கப் பணியை கோண்ட் பழங்குடி மக்கள் அமைதி வழியில் போராடி நிறுத்தியது காந்திய அகிம்சைப் போராட்டத்தின் வெற்றிக்குச் சான்று.

சீர்திருத்தப் பொருளாதார காலத்தின் மூன்று பெரும் மக்கள் விரோதத் திட்டங்கள் அமைதிப் போராட்டம் மூலம்

நிறுத்தப்பட்டன. வன்முறை பயனற்றது என்பதும், எத்தனை காலமானாலும் மக்கள் சக்தியே வெல்லும் என்பதும் மறுக்க முடியாத உண்மை.

அரசு சட்டங்கள் கற்சாசனங்களல்ல. அவற்றை எப்போது வேண்டுமானாலும், எப்படி வேண்டுமானாலும் மாற்றிக் கொள்ளலாம் என்பதும், கார்ப்பரேட் பணம் மற்றும் அதிகாரம் ஆகியவை வெல்ல முடியாதன என்பதும் பொருளற்றுப் போனது. யூனியன் கார்பைட்டின் போபால் படுகொலைக்கான நீதி மக்களின் நீண்ட அமைதிப் போராட்டங்களின் பின்னும் கிடைக்கவில்லை என்பது உண்மையே. ஆனாலும் மக்கள் சக்தி முன் அதிகார ஆயுதங்கள் காகிதப் புலிகளே.

கிராமம் - நகரம் சமன் நிலை

1929ல் காந்தி 'யங் இந்தியா'வில், "மேலை நாகரிகம் நகரம் சார்ந்தது. இங்கிலாந்து, இத்தாலி போன்ற சிறிய நாடுகளில் நகர்மயம் தேவைப்படலாம். வெற்றி பெறலாம். மிகக் குறைந்த மக்கள் தொகை ஆனால் மிகப்பெரிய நிலப்பரப்பு கொண்ட அமெரிக்காவில் வேறு வழியில்லை. நீண்ட பாரம்பரியமும், பண்பாடும் கொண்ட இந்தியா போன்ற பரந்த தேசம் மேலை நாடுகளின் அடிச்சுவட்டைப் பின்பற்றத் தேவையில்லை. ஒன்றின் உணவு மற்றொன்றுக்கு விஷமாகிறது என்ற வாசகம் மெய்யே" என்று எழுதினார்.

இந்தியாவின் கிராம வாழ்வுக்காலம் முடிந்து போனது என்போர் உண்டு. கிராமங்கள் இன்று தன்னையே கொன்று கொண்டுள்ளன. விவசாயிகள் தற்கொலை இதன் வெளிப்பாடு. மகாராஷ்டிரத்தின் சிந்துர்க் மாவட்டத்தில் பெருவாரி விவசாயிகள் தங்கள் சிறுநீரகத்தை விற்றுக் கடனைக் கட்டிக் கொண்டுள்ளனர். பஞ்சாபின் ஷிவானி பகுதி மக்கள் கடனுக்குத் தம்மையே விற்க முன்வந்து கொண்டுள்ளனர். மராட்டிய விவசாயிகள் தற்கொலை 2 லட்சத்தை மிஞ்சியுள்ளது.

கிராமப்புற இந்தியா பற்றிய அடிப்படைகளில் தவறுகள் நடந்துள்ளன. நகர்ப்புறங்கள் இதற்கு விதிவிலக்கல்ல. கிராமங்கள் கெட்டால், நகரங்கள் மணக்குமா? 1970ல் ப்ரிட்ஜ் சுமசர் — "நவீன உலகின் அனைத்துக்கேடுகளுக்கும் நகரங்களுக்கும், கிராமங்களுக்குமிடையேயான சமத்துவமின்மையே காரணம்.

பணம், அதிகாரம், கலாச்சாரம், கவர்ச்சி, நம்பிக்கையென அனைத்தும் மாறியுள்ளன. நகரங்கள் ஊதிப் பெருத்துள்ளன. கிராமங்கள் வற்றி இளைத்துள்ளன. நகரங்கள் அனைத்தையும் ஆளுகின்றன. கிராமங்கள் தங்களின் சாரமிழந்து கிடக்கின்றன. ஆரோக்கியமான உடலிலேயே, வளமான மணமிருக்கும் என்பது போல், கிராமங்கள் சிறப்பாக இருந்தாலே, நகரங்கள் நலமாக வாழ முடியும். நகரங்களின் ஜொலிப்பு கிராமங்களின் கொடையே. நமது பொருளாதாரச் செழிப்பு, கிராமங்களின் மண்ணில் உருவாகிறது. எனவே கிராமங்கள், நகரங்களிடையே சமத்துவத்தை வளர்ப்பது எப்படி என்பதே மனிதகுலத்தின் முன்னுள்ள பெரிய சவால். விளைச்சலை மட்டும் அதிகரித்துப் பயனில்லை. அது உலகின் பசி போக்கும். வேலையின்மை பெருகி வருகிறதே. அதற்கு என்ன செய்யப் போகிறோம்? கிராமத்து மக்கள் நகரங்களை நோக்கி வாழ்வு தேடி ஓடுவது ஏன்? கிராமத்தின் வாழ்வு ஆதாரத்தை உயர்த்தாமல், நமது விவசாயத் தொழிற் பண்பாடு உயராது. அதை அடைவதன் மூலமே ஒவ்வொரு பகுதியும், ஒவ்வொரு சமூகமும், வளமுடன் வளர்ந்து, சிறப்புடன் உயர முடியும்" என்கிறார்.

சிலர் இந்தியா முழுமையையும் ஸ்மார்ட் நகரங்களால் நிறைத்துவிட வேண்டுமெனத் துடிக்கின்றனர். அதிகாரத்தில் இல்லாத சிலர் கிராமங்கள் பாதுகாக்கப்பட வேண்டுமென நினைக்கின்றனர். இருவருமே கிராமங்கள் நகரங்களிடையேயான முரண்பாடுகளைக் காணத் தவறுகின்றனர். உலகமயம் இந்த உறவைச் சீர்குலைத்துள்ளது. கிராமங்களின் அறங்களைக் காப்பதோ, நகரங்களின் சுதந்திர வாழ்வைக் காப்பதோ எல்லாம் கற்பனைக் கனவுகளே.

சுயசார்பு கிராமங்கள் என்பது நிறைவேறாத கனவாகவே உள்ளது. கிராமங்களை ஏற்றிப் போற்றி வளர்க்கும் மனமற்றதாக நகரங்கள் உள்ளன. இவற்றிடையேயான இடைவெளி பெரிதாகிக் கொண்டே போவது தடுக்கப்பட வேண்டும். இது தொடர்வது இரண்டுக்கும் பேரழிவே. நகரங்களின் பேராதிக்கம் தொடரக் கூடாது. பெரும்பான்மை மக்கள் வாழும் கிராமங்கள் தன்னிறைவும், தன்னாட்சியும் பெற வேண்டும்.

வங்கக் கவி ரவீந்திரநாத் தாகூர் "மண்ணைக் களவாடுபவர்கள்" எனும் கட்டுரையில் எழுதியது, இன்றைய நிலைக்கு மிகவும் பொருந்துவதாகும்.

"நாகரீகம் என்பது நிறுவனங்களின் கொடையாகிப் போனது. மக்கள் திறன் முழுமையும் அச்சத்தில் ஆழ்ந்துள்ளது. சகிப்புத் தன்மையின்மை சிலரிடமிருக்கும் போது சகித்துக் கொள்ளலாம். ஆனால் சகலருக்குமாகி விட்டால் என்ன செய்ய? இக்கேடு களுக்குக் காரணம் உலகு தழுவி வளர்ந்து வரும் பேராசையே. இழிவும், கொடுமைகளும், பொய்மையும் மலிந்ததாக அரசியலும் வணிகமும் மாறி, மனித மனங்களைப் பாழ்படுத்திவிட்டன. இயல்பற்ற அசுரப்பசி அனைவரையும் விழுங்கத் துடிக்கிறது. மனித உடல் மலிவான இரையாகிறது. ஆசிய ஆப்பிரிக்க மக்களின் மகிழ்ச்சி மேலைநாடுகளின் சொகுசு வாழ்வுக்காக பலியிடப்படுகிறது. மனசாட்சியற்ற குப்பைகள் முடிவின்றிக் கொட்டப்படுகின்றன."

மகாத்மா காந்தியின் வாசகங்களைத் தாகூர் தனது கவித்துவ வரிகளில் "அன்னை பூமி தன் பிள்ளைகளின் உண்மைப் பசியைப் போக்குவாள். இன்னும் பசியென்றால், இன்னும் தருவாள்... ஆனால் உலகே பேராசைப் பசிகொண்ட அசுரராகும் போது, அவளிடம் கொடுக்க ஏதுமில்லை" என்கிறார்.

நகரம் தன் கோரப்பசியைத் தொடர முடியாது. அதற்கு ஏதாவது சதி செய்து, மற்றதைக் கொன்று பசியாற வேண்டும். இதுவே நகரங்கள் உடல் கொழுத்துக் கிடப்பதும் கிராமங்கள் சோனை படிந்து, மனம் சோர்ந்து கிடப்பதற்குமான காரணம். இதை உலகெங்கும் காண்கிறோம்.

தாகூர் கிராமங்களின் தேவையை தீர்க்கதரிசனத்துடன் உணர்ந்தார். அவையின்றி உலகில்லை என்றார். "மனிதகுலத்தின் தொட்டில் அவை. அவற்றைக் காப்பதில் மானுடம் வாழும்" என்றார்.

"கிராமங்கள் இயற்கைக்கு நெருக்கமானவை
அவை வாழ்வுச் சுனையைத் தழுவி நிற்பன
இயற்கையின் மருத்துவ ஆற்றல் கொண்டவை
மனித குலத்தின் தேவைகள் தருபவை
உணவும், மகிழ்ச்சியும் பொங்கி வழியும்
வாழ்வின் கவிதை வரிகள் அவையே.
புனித அழகு எங்கும் நிறைந்தது
பேராசைச் சுரண்டல் அரிக்கும் போது
அங்கம் இளைத்து அழகு இழக்கிறாள்

உள்ளம் குலைந்து கண்ணீர் விடுகிறாள்"

இந்தியாவின் 6 லட்சம் கிராமங்கள் நாட்டில் நிலவும் ஏற்றத் தாழ்வுகள் அனைத்தையும் போக்கிச் சமன் செய்யும் ஆற்றல் பெற்றவை. உலகை வாட்டும் துயரம் போக்கும் அருமருந்தாவன கிராமங்கள். நமது புதிய இயற்கை சார்ந்த வாழ்வுக்கான முன்னோடி அவை. உலகின் இன்ப வாழ்வுக்கு கிராமங்கள் வழிகாட்டும். இதற்கான முயற்சிகளை ஒவ்வொருவரும் தொடர்வோம்.

சின்னச் சின்ன மனிதர்கள் — தமது
சின்னச் சின்னச் செயல்களின் மூலம்
சின்னச் சின்ன மாற்றங்கள் விளைத்தால்
உலகே மாறும் ஒருநாள்.

நிலச்சிக்கல் உலகமயமாகிவிட்டது

பி.வி.ராஜகோபால்
காந்தி கிராமம் கருத்தரங்கில் ஆற்றிய உரை

சர்வோதயம் என்றால் அனைவருக்கும் நன்மை. இந்தக் கருத்துக்கு இப்பொழுது மிகப்பெரிய சவால் ஏற்பட்டிருக்கிறது. எனவே இங்கு கூடியுள்ள நமக்கு ஒரு மகத்தான கடமை இருக்கிறது. அனைவருக்கும் நன்மை என்ற இந்த சர்வோதய கருத்தை எப்படி பாதுகாப்பது? எப்படி நடைமுறைப்படுத்துவது என்பதிலே நமக்கு அக்கறை இருந்தாக வேண்டும்.

உலகில் உள்ள 80 விழுக்காடு சொத்துக்களுக்கு ஒரு விழுக்காடு மக்கள் அதிபதி என்றால், பாக்கியுள்ள 99 விழுக்காடு மக்களின் கதி என்ன என்பதை பற்றி நாம் கவனிக்க வேண்டும்.

பூட்டானில் மகிழ்ச்சிக்குரிய அளவீடு என்ற ஒரு நியதியை கடைப்பிடிக்கிறார்கள். வளர்ச்சிக்குரிய அளவீடு என்பதற்குப் பதிலாக மகிழ்ச்சிக்குரிய அளவீடு என்பதை எப்படி நீங்கள் பெற்றீர்கள் என்று ஒருவரைக் கேட்டேன். அவர் இந்தியாவில் படித்தவர். இந்தியாவில் பட்டப்படிப்பை முடித்தவர். இந்தியாவில் காந்தியடிகள் சொன்ன சர்வோதயம் என்பது மிகவும் மகத்தானதொரு செய்தி. அதிலிருந்துதான் மகிழ்ச்சிக் குரிய குறியீடு என்ற கருத்துரு எனக்குக் கிடைத்தது என்றார். இப் பொழுது உலகம் முழுவதும் இதைப் பற்றி உன்னிப்பாகக்

கவனித்துக் கொண்டிருக்கிறார்கள். ஆனால் நம் இந்தியாவில் சர்வோதயம் என்ற கருத்தை இங்குள்ள அரசியல்வாதிகள் ஏறக் குறைய கை கழுவிவிட்டார்கள். அதைப் பற்றி நாம் சிந்திக்கக் கடமைப்பட்டுள்ளோம்.

சிலர் நினைக்கிறார்கள் நிலம் என்பது ஒரு பண்டம். பணத்தால் அதை விற்க முடியும், வாங்க முடியும் என்று அவர்கள் நினைக்கிறார்கள். இன்னொரு சாரார், நிலம் என்பது நமது பாதுகாப்புக்கும், நமது சுயமரியாதைக்கும் உரிய ஒரு அடையாளம் என்று நினைக்கிறார்கள். இந்த இரண்டு சாரார்களுக்கும் இடையே நிலவுகின்ற பார்வை முரண்பாட்டை நாம் தெளிவாகப் புரிந்து கொள்ள வேண்டும்.

நிலம் என்பது விற்க, வாங்குவதற்கான ஒரு பண்டம். அது சந்தையிலே விலை கூறப்படுகிறது என்பதற்கும் நிலம் என்பது நமக்குரிய அடையாளம், பாதுகாப்பு, சுயமரியாதை என்பதற்கும் இடையிலான பார்வை முரண்பாட்டை நாம் தீர்க்க வேண்டும். தீர்க்காவிட்டால், பூமி மாதா என்பதில் உள்ள மகத்துவம் குறைந்து போகும். அது விற்பனைக்குரிய பண்டமாகிவிடும். எதை எதை நாம் மாதா என்ற கூறுகிறோமோ, அவற்றையெல்லாம் அவமானப்படுத்துகின்ற காரியத்திலே நாம் ஈடுபட்டிருக்கின்றோம். பூமிமாதாவை நாம் பண்டமாக்கி விட்டோம். கங்கா மாதாவை அசுத்தப்படுத்துகிறோம். லட்சுமி மாதாவை விலை கூறுகிறோம். சரஸ்வதி மாதா என்ற கல்வியை அவமானப்படுத்துகிறோம். கோமாதாவை நிலை குலையச் செய்கிறோம். எதனையெல்லாம், மாதா என்று அடைமொழியோடு குறிப்பிடுகிறோமோ அவற்றையெல்லாம் தவறாகப் பயன்படுத்துவதில் நாம் முனைந்து விட்டோம். இது ஒரு மாபெரும் பாதகமாகும்.

அடுத்து ஒரு விசயம். பல லட்சம் டாலர்களை செலவழித்து ஒரு பெரிய லாபி இந்தப் பிரச்சாரத்தில் ஈடுபட்டிருக்கிறது. சிறு குறு நிலமுடைய விவசாயிகளுடைய வேளாண்மை கட்டு படியாகாது. எனவே இந்த நிலத்தை ஏன் கட்டி அழுகிறீர்கள் என்று ஏராளமான பணத்தைச் செலவழித்து இந்தக் கூட்டம் மக்கள் மத்தியிலே தவறான பிரச்சாரத்தை செய்து அதில் வெற்றி கண்டிருக்கிறார்கள். சிறு விவசாயிகளே இப்போது இப்படிப் பேச ஆரம்பித்துவிட்டார்கள். இந்த விவசாயம் எங்களுக்கு கட்டு படியாகவில்லை. என்னுடைய பிள்ளைகளும் ஏன் கஷ்டப்பட

வேண்டும். அவர்கள் விவசாயத்தை விட்டு வெளியேறி தகவல் தொழில்நுட்பக் கல்வி பெற்று நல்ல வருமானம் பெறலாம். எனவே இந்த விவசாயம் ஒரு அசிங்கமான தொழில். இதை விட்டு எவ்வளவு விரைவில் வெளியேறுகிறோமோ அந்த அளவுக்கு நமக்கு நல்லது என்று விவசாயிகளே பேசும் அளவிற்கு இந்த லாபி தன்னுடைய பிரச்சாரத்தில் வெற்றி கண்டிருக்கிறது. எனவே இந்த மரியாதைக்குறைவான தொழிலை விட்டு வெளியேறிவிட வேண்டும் என்று நினைத்து தங்களுடைய நிலங்களை விற்பதற்கு முன் வருகிறார்கள். ரியல் எஸ்டேட் அதிபர்களும் மற்றுமுள்ள தொழிலதிபர்களும் பணத்தைக் கொட்டி அதை வாங்குவதற்கு தயாராக இருக்கிறார்கள். இந்த நிலைமையை நாம் மாற்ற வேண்டும். விவசாயம் என்பது, ஒரு மரியாதைக்குரிய, அபிமானத்திற்குரிய தொழிலாகும். அதில் நானும் ஈடுபடுவேன். என்னுடைய குழந்தைகளுக்கும் அந்த நிலத்தை வாரிசு உரிமையாகக் கொடுத்து அவர்களையும் நிலத்தில் பாடுபடும் மரியாதையுள்ள விவசாயிகளாக மாற்று வேன் என்று விவசாயிகள் நினைக்கும் அளவிற்கு நமது கருத்துப் பரவல் இருக்க வேண்டும். இன்று பல பொருள் களுக்கு அந்நிய நாடுகளை எதிர்பார்த்து நிற்கின்றோம். விவசாயிகள் தான் உணவை உற்பத்தி செய்கிறார்கள். தகவல் தொழில்நுட்ப அதிகாரிகளால் உணவை உற்பத்தி செய்ய முடியாது. நிலத்தையும், விவசாயத்தையும் விட்டுவிட்டோம் என்றால் நமக்கு உணவு உற்பத்தி செய்ய முடியாது. பின்பு நமக்கு உணவு கொடுப்பது யார்? வெளிநாட்டிலிருந்து உணவு தானியத்தை இறக்குமதி செய்யலாம் என்று எண்ணினோம் என்றால் அதுதான் அடிமைத்தனத்தின் ஆரம்பம். அது ஒரு வெட்கக்கேடான செயலாகும்.

எனவே வேளாண்மை என்பது மரியாதைக்குரிய ஒரு பணியாகும் என்ற மதிப்பீட்டை மறுபடியும் நாம் உருவாக்க வேண்டும். அதற்கு மிகவும் கஷ்டப்பட்டு நாம் பாடுபட வேண்டும். இங்கு படித்த இளைஞர்கள் கூடியிருக்கிறீர்கள். நீங்கள் எல்லோரும் என்னுடைய தந்தை ஒரு விவசாயி என்று சொல்லுவதை அவமானமாக நினைக்கலாம். ஒரு ரிக்சா ஓட்டுனர் என்பதைப் போன்றுதான் அவமானமானது என்று கருதுகிறீர்கள். என்னுடைய தந்தை ஒரு தொழில்நுட்ப பொறி யாளர், ஒரு டாக்டர், ஒரு பேராசிரியர் என்று சொல்வதில் பெருமைப்படுகின்றவர்கள், தன்னுடைய தந்தை ஒரு விவசாயி

என்று சொல்வதில் வெட்கப்படுகிறார்கள். இந்த நிலையை மாற்றினால்தான் நிலமும் விவசாயிகள் கையில் நீடித்திருக்கும். உணவு தானியமும் தொடர்ந்து உற்பத்தியாகும்.

2011ஆம் ஆண்டு நான் ஓராண்டுக்கு 80,000 கிலோ மீட்டர் பிரயாணம் செய்து 350 மாவட்டங்களுக்குச் சென்றேன். அங்கு பல இடங்களில் நடைபெறுகின்ற— பிளாச்சிமடா கோகோ கோலா— எதிர்ப்பு போராட்டம் போன்ற 200 மக்கள் இயக்கங்களை நேரடியாக பார்க்கக் கூடிய வாய்ப்பு எனக்குக் கிடைத்தது.

உலகத்திலேயே பெரிய கம்பெனியான கோகோ கோலா நிறுவனத்தை எதிர்த்து பிளாச்சிமடா கிராமவாசிகள் தொடர்ந்து போராடினார்கள். எங்களுடைய நீராதாரத்தையும், நிலத்தையும் கெடுக்கன்ற இந்த கோகோ கோலா தொழிற்சாலை இங்கு தேவையில்லை என்று தொடர்ந்து போராடினார்கள். கோகோ கோலா தொழிற்சாலை அங்கிருந்து சென்றுவிடுவதைத் தவிர வேறு வழியில்லை. நீர், நிலம், காடு இவற்றை பாதுகாக்க வேண்டும் என்று நடைபெறுகின்ற மக்களுடைய போராட்டங்கள் பல மகத்தான வெற்றியைக் கண்டிருக்கின்றன. ஒடிசாவில் நியாம்கிரி என்ற இடத்தில் வேதாந்தா நிறுவனம் நிலத்தை கையகப்படுத்தி அங்கு கனிமவளத்தை எடுக்க முயற்சி செய்தது. உச்சநீதிமன்றத்துக்கு இந்த வழக்கு சென்றபொழுது இதைப்பற்றித் தீர்ப்புக் கூற வேண்டியது அந்தப் பகுதி கிராம மக்கள். எனவே அவர்களிடம் சென்று கேளுங்கள் என்று சொல்லிவிட்டார்கள். வேதாந்தா தொழிற்சாலை எங்களுக்குத் தேவையில்லை என்று சொல்லி அந்தக் கிராமவாசிகள் தொடர்ந்து போராடிக்கொண்டிருக்கிறார்கள். அடுத்து, ஒடிசாவில் போஸ்கோ என்ற கம்பெனி நிலம் வாங்கி தங்களுடைய தொழிலை நடத்த விரும்புகிறது. போஸ்கோ தங்களுக்குத் தேவையான 4000 ஏக்கர் நிலத்தில் 2200 ஏக்கரை விலைக்கு வாங்கிவிட்டது. தொடர்ந்து, இதை எதிர்த்து அங்குள்ள குழந்தைகள், பெண்கள், முதியோர்கள் உட்பட அனைத்து மக்களும் போராடிக் கொண்டிருக்கிறார்கள். கொரியாவின் பிரதமர் இங்கு வந்தபோது தங்கள் நாட்டைச் சேர்ந்த போஸ்கோ நிறுவனத்திற்குத் தடை இருக்கக்கூடாது என்பதில் அக்கறை காட்டினார். எல்லா தேசத்துப் பிரதமர்களும் தங்கள் நாட்டைச்சேர்ந்த கம்பெனிகளுக்குப் பல நாடுகளில் வாய்ப்பும், வசதியும் ஏற்பட வேண்டும் என்று எண்ணுவது இயற்கைதானே.

அந்த மக்கள் தங்கள் நிலத்தைப் பாதுகாக்க வேண்டும் என்று தொடர்ந்து போராடிக் கொண்டிருக்கிறார்கள்.

அடுத்து, நிலம் கையகப்படுத்தும் சட்டம், வனப்பாதுகாப்புப் பற்றிய சட்டம், இப்படி பல சட்டங்கள் இப்பொழுது வந்திருக்கின்றன. மக்கள் தங்களுடைய நலன் கருதி இவற்றையெல்லாம் எதிர்த்து அகிம்சாபூர்வமாக தொடர்ந்து போராடினால் நிச்சயம் அவர்களுக்கு வெற்றி கிடைக்கும் என்பதற்கு ஒடிசாவில் நடப்பதை உதாரணங்களாகக் கூறலாம். மக்கள் அகிம்சா பூர்வமாக தங்களுடைய நிலத்தையும், நீராதாரத்தையும் பாதுகாக்க தொடர்ந்து போராடுவதற்குத் தயாராக இருக்க வேண்டும். அரசாங்கமோ, நிலத்தையும், நீராதாரத்தையும் எடுத்து மற்ற தொழில்களுக்குக் கொடுப்பதற்கு தயாராக இருக்கிறது. இந்த நிலையில் தொடர்ந்து அகிம்சாபூர்வமாக போராடுகின்ற சக்தியையும், திறமையையும் மக்கள் பெறும்போதுதான் அரசாங்கம் அதைக் கவனிக்க ஆரம்பிக்கும். நிலச்சட்டங்கள் இருக்கின்றன. ஆனால் அவையெல்லாம் சரியான முறையில் நடைமுறைக்கு வராமல் இருக்கிறது. இதற்கெல்லாம் மக்கள் சக்தி ஒன்று திரண்டு போராடக் கூடிய வல்லமை பெற வேண்டும். இதை எப்படிச் செய்வது என்பதையும், நாம் ஆலோசிக்க வேண்டும்.

இந்தப் பிரச்சனைகள் எல்லாம் இந்தியாவில் மட்டும்தான் இருக்கிறது என்று நாம் நினைக்கக் கூடாது. இது உலகளாவிய பிரச்சனை. உலகமயமாக்கல் என்ற நிலை ஏற்பட்டிருக்கின்ற பொழுது இந்தப் பிரச்சனைகளும் உலகமயமாக உருவெடுத்திருக்கிறது. உலக வங்கி என்று ஒன்று இருக்கிறது. அது பெரும் தொழில் நிறுவனங்கள் எந்தெந்த நாடுகளில் தங்களுடைய மூலதனத்தைப் போட்டுத் தொழில் துவங்கலாம் என்று பார்த்துக் கொண்டிருக்கிறது. 1947இல் விடுதலை பெற்ற இந்தியா ஒரு மாபெரும் பாய்ச்சலை நிகழ்த்தி விரைவில் தொழில்மயமாக வேண்டும் என்ற நிலைக்குத் தள்ளப்பட்டிருக்கிறது. எனவே நமது பிரதமரும் பல நாடுகளுக்குச் சென்று இந்தியாவில் வந்து தொழில் துவங்குங்கள் என்று வேண்டுகோள் விடுத்துக் கொண்டிருக்கிறார். இந்தியாவில் தொழில் துவங்க வேண்டுமென்றால், அவர்களுக்கு முதன் முதலில் அதற்குரிய நிலம் தேவைப்படுகிறது. எனவே நிலம் சம்பந்தமான சட்டங்களையெல்லாம் நீர்த்துப் போகச் செய்ய வேண்டும் என்பதில் குறியாக இருக்கிறார்கள். அதே போன்று தொழிற்சாலைகளில் தொழிலாளர்கள் தொழிற்சங்கங்களை வைத்து இடையூறு செய்யக்கூடாது

என்று கருதி, தொழிலாளர் சட்டங்களையெல்லாம் சக்தியற்ற சட்டங்களாக மாற்ற வேண்டும் என்பதில் உலக வங்கி போன்ற அமைப்புகள் முனைப்பாக இருக்கின்றன. வெளிநாட்டு மூல தனங்கள் இங்கு அதிகமாக வரவேண்டுமென்றால், சுற்றுச்சூழல் பாதுகாப்புச் சட்டத்தை நாம் தளத்தினால்தான் அவர்கள் இங்கு தொழில் நடத்த முடியும் என்ற நிலையும் இருக்கிறது. உலக வங்கி போன்ற உலகளாவிய நிறுவனங்களெல்லாம் இந்த நாட்டில் வந்து தொழில் துவங்குவதற்கு வசதியாக நமது சட்டங் களையெல்லாம் நீர்த்துப்போகச் செய்ய வேண்டும் என்ற முயற்சியில் இருக்கின்றன. இந்த முயற்சி உலகம் முழுவதும் இருந்துகொண்டுதான் இருக்கிறது. இத்தகைய போக்குகளையும் எதிர்த்து நாம் போராட வேண்டும். அது மிகவும் கடினமான ஒரு போராட்டமாகவே இருக்கும். ஆனால் ஆங்காங்கு நடை பெறுகின்ற சில முயற்சிகளுக்குக் கிடைத்திருக்கும் வெற்றியைப் பார்க்கும் பொழுது நமக்கு ஓரளவுக்கு மனநிறைவு ஏற்படு கிறது.

அண்மையில் கொலம்பியா சென்றிருந்தேன். அங்கு 500 ஆண்டுகளுக்கு முன்னர் ஆப்பிரிக்காவிலிருந்து அந்த நாட்டில் குடியேறிய ஆப்பிரிக்க வம்சாவளி மக்கள் இருக்கிறார்கள். அங்கு இருக்கின்ற மாஃபியா கொள்ளைக்காரர்கள் அவர்களை யெல்லாம் நிலத்தை விட்டு அப்புறப்படுத்தினார்கள். அவர் களுடைய போராட்டம் நீதிமன்றத்திற்குச் சென்றது. அவர்கள் பாடுபட்ட நிலம் அவர்களுக்குத் திரும்பி கொடுக்கப் பட வேண்டும் என்று தீர்ப்பு வந்தது. இப்பொழுது அந்த நிலத்தை மறுபடியும் அவர்கள் எடுத்துக் கொண்டு அதிலே அவர்கள் பாடுபட்டு வருகிறார்கள். பனாமா, கொலம்பியா எல்லைப்புறத்திலிருந்து பார்த்தால், ஆப்பிரிக்க வம்சாவளி விவசாயிகள் தங்கள் நிலத்தில் இப்பொழுது பாதுகாப்பாக பாடுபட்டு வருவது தெரியும். எல்லைக்கு அப்பால் மாஃபியா ஆட்கள் அவர்களை உற்றுப் பார்த்துக் கொண்டிருக்கிறார்கள். அதேபோல் செனிகல் என்ற ஆப்பிரிக்க நாட்டில் சோயா உற்பத்தி செய்ய சில வெளிநாட்டு கம்பெனிகள் முகாமிட்டன. அதை எதிர்த்து உள்நாட்டு மக்கள் போராடியதால் அந்த நிலம் அவர்களுக்கே திரும்பக் கிடைப்பதற்கு அரசு சட்டம் இயற்றுவதற்கான நிர்ப்பந்தம் ஏற்பட்டிருக்கிறது. இவ்வாறு பல பகுதிகளில் மக்கள் ஒன்று சேர்ந்து போராடுவதன் மூலம் தங்கள் நிலத்தைத் திரும்பப் பெற்ற நிகழ்ச்சிகள் நடந்து கொண்டுதான்

இருக்கின்றன. பிரான்ஸிலே பாரீசுக்குப் பக்கத்தில் இருக்கின்ற விமானநிலையம் விரிவாக்கப்பட வேண்டும் என்று அரசு நினைத்த பொழுது அந்தப் பகுதியிலிருந்த விவசாயிகள் தங்கள் நிலத்தை விட்டுக்கொடுக்க மாட்டோம் என்று போராடியதால் அந்த விமானநிலைய விரிவாக்கம் தடைப்பட்டுவிட்டது. இங்கிலாந்திலே ஹீத்ரு விமான நிலைய விரிவாக்கம் தடைபட்டு விட்டது. ஹீத்ரு விமானநிலையத்தை விஸ்தரிப்பதற்காக அக்கம் பக்கத்திலுள்ள நிலங்களை கையகப்படுத்த எண்ணினார்கள். ஆனால் அந்தப் பகுதியிலே உள்ள விவசாயிகள் விமான நிலையத்தை விட தங்களுடைய நிலம்தான் தங்களுக்குப் பயனுடையதாக இருக்கும் என்று தொடர்ந்து போராடி அந்த விமானநிலைய விரிவாக்கத்தைத் தடுத்து நிறுத்திவிட்டார்கள். பெல்ஜியத்திலே மாணவர்கள், இளைஞர்களெல்லாம் ஒன்று திரண்டு தங்கள் நாட்டில் மரபணு மாற்ற விதைகளை பரிசோதிக்கக்கூடாது என்று போராட்டம் நடத்தி வெற்றி கண்டிருக்கிறார்கள். ஜெர்மனியிலும், சுரங்கங்களை எதிர்த்து விவசாயிகள் தங்களுடைய நிலத்தைப் பாதுகாக்கும் போராட் டத்தில் ஈடுபட்டு வெற்றி கண்டிருக்கிறார்கள். இப்படிப் பார்த்தோமென்றால் எத்தனையோ இடங்களில் மக்கள் ஒன்று கூடி போராடியதன் பலனாக தங்கள் நிலத்தை மீண்டும் தங்களு டைய உரிமைக்குக் கொண்டுவந்திருக்கிறார்கள்.

உலகமயமாதல் நடந்துகொண்டிருக்கும் பொழுது உலக வங்கி, சர்வதேச நிதி நிறுவனம், உலக வர்த்தக மையம் இவையனைத்தும் சேர்ந்து பல நாடுகளில் நிலங்களை கையகப் படுத்துகின்ற முயற்சியில் ஈடுபட்டு வருகின்றன. இந்த நிலத்தைக் கையகப்படுத்துகின்ற போக்கு உலகமயமானது. இதை எதிர்த்து மக்கள் போராட வேண்டுமென்றால், உலகமயமான ஒரு முயற்சியில் மக்களை ஒன்று சேர்த்துப் போராடுகின்ற ஒரு வல்லமை ஏற்பட்டாக வேண்டும். சர்வதேச அளவிலே இத் தகைய முயற்சிகளுக்கு ஒன்றுபட்ட சக்தி உருவாக வேண்டு மென்றால், முதலில் நமது தேச அளவிலே நடந்து வருகின்ற மக்கள் போராட்டங்களைப் பற்றிய ஒரு அறிதலும், கணிப்பும் படித்த இளைஞர்களுக்கு மிகவும் தேவைப்படுகிறது. கோகோ கோலாவை எதிர்த்து நடைபெற்ற பிளாச்சிமடா மக்கள் போராட்டம், நியாம்கிரியில் நடைபெற்ற ஆதிவாசிகளின் போராட்டம், போஸ்கோ நிறுவனத்தை எதிர்த்து நடைபெற்று வருகின்ற மக்கள் போராட்டம் இவற்றையெல்லாம் நாம் முதலில்

அறிந்து கொள்ள வேண்டும். எனவே உலக வங்கி, சர்வதேச நிதி நிறுவனம், உலக வர்த்தக அமைப்பு போன்ற நிறுவனங்களின் சார்பாக நடைபெறுகின்ற உலக ரீதியான முயற்சிக்கு எதிராக மக்கள் ஒன்று திரண்டு உலக ரீதியாக போராடக் கடமைப்பட்டி ருக்கிறோம் என்பதை நாம் புரிந்துகொள்ள வேண்டும். அப்படி செய்தால்தான் நம்முடைய நிலத்தையும், நீராதாரத்தையும், காடுகளையும் நாம் பாதுகாத்துக்கொள்ள முடியும்.

நான் பிரேசிலுக்குச் சென்றபொழுது அங்குள்ள நிலைமையைக் கண்டு ஆச்சரியப்பட்டேன். பிரேசில் இந்தியாவைப் போன்று இரண்டரை மடங்கு பெரிய தேசம். மக்கள்தொகை 18 கோடி. அங்குள்ள 80 விழுக்காடு மக்கள் நகரங்களிலும், சேரிகளிலும் வாழுகிறார்கள். 20 விழுக்காடு மக்கள் அந்த நாட்டில் உள்ளநிலம் முழுவதையும் தங்கள் கட்டுப்பாட்டுக்குள் வைத்திருக்கிறார்கள். மக்களிடையே பெருத்த ஏற்றத்தாழ்வு இருக்கிறது. ஒரு குடும்பத்திற்கு ஒரு லட்சத்து ஐம்பது ஏக்கர் நிலம் இருக்கிறது. இன்னொரு குடும்பத்துக்கு ஐம்பதாயிரம் ஏக்கர் நிலம் இருக்கிறது. ஆனால் 80 விழுக்காடு மக்களுக்கு அங்கு நிலமே கிடையாது. ஏன் இத்தகைய வேறுபாடு இருக்க வேண்டும். இந்தியாவில் நில உச்சவரம்புச் சட்டம் இருக்கிறது. பிரேசில் நாட்டிலும், இது போன்று நில உச்சவரம்புச் சட்டம் இருக்கலாமே. இங்கு 15 ஏக்கர், 40 ஏக்கர் என்று உச்சவரம்பு இருந்தால், பிரேசிலில் 1000 ஏக்கர் என்று கூட இருந்துவிட்டுப் போகட்டுமே. ஏதாவது ஒரு முறையில் நில உச்சவரம்புச் சட்டம் அங்கு ஏற்பட வேண்டும். எனவே அங்கு ஒவ்வொரு மாவட்டத் தலைநகரிலும், பூமிகேந்திரா என்று ஒரு அமைப்பு இருக்கிறது. அங்கு வழக்கறிஞர்களும் இருக்கிறார்கள். மாவட்ட ஆட்சியர், நிலச்சிக்கலைத் தீர்ப்பதற்காக இத்தகைய பூமிகேந்திராவை ஏற்படுத்துகிறார். இந்த உதாரணத்தை மத்தியப் பிரதேசம் பின்பற்றலாம்.

நிலம் என்பது மக்களுடைய பிரச்சனையாகும். அது வன் முறைப் பிரச்சனை அல்ல. வன்முறையைத் தடுப்பதற்குப் போலீசும், இராணுவ அதிகாரமும் தேவைப்படுகிறது. நிலம் மக்களுடைய பிரச்சனையாக இருப்பதால், மக்களே தீர்த்துக் கொள்ள வேண்டும். அரசாங்கத் தலையீடு கூடாது. மக்களே இந்தப் பிரச்சனையைத் தீர்த்துக் கொள்ளும் பொழுது அங்கு வன்முறைக்கு இடம் கிடையாது. வாராங்கல் மாவட்டம் தெலுங் கானாவில் இருக்கிறது. நக்சலைட்டுகள் அதிகமுள்ள மாவட்டம்

என்று கருதப்பட்டது. அங்கு நிலப்பிரச்சனை தீர்ந்துவிட்டதால், நக்சலைட் ஆபத்து அங்கு அறவே குறைந்து விட்டது. இது போன்ற சிக்கலை அரசாங்கம், காவல்துறையைக் கொண்டு நிறுத்திவிட முடியாது. மக்களாகப் பார்த்து, சமாதானமான முறையில் தீர்த்துக் கொள்ள வேண்டும்.

மத்திய அமெரிக்காவில் உள்ள நிகராகுவாவை எடுத்துக் கொள்வோம். இங்குள்ள 51 விழுக்காடு நிலம் சுயாட்சிகளின் கைகளில் இருக்கிறது. அதாவது, அந்தந்த கிராமமக்கள் தான் எவ்வளவு நிலத்தில் விவசாயம் செய்ய வேண்டும்? எவ்வளவு நிலத்தில் வீடு கட்ட வேண்டும் என்பதையெல்லம் தீர்மானிக்கிறார்கள். இது முழு சுதந்திரமுள்ள அரசாங்கத் தலையீடு இல்லாத ஒரு நிகழ்வாக இருக்கிறது. இது மிகுந்த வியப்புக்குரிய செய்தியாகும்.

கிராமங்களுக்கு அதிகாரம் கொடுக்க வேண்டும் என்பது மிகவும் முக்கியமானது. பல்வேறு துறைகளுக்கு எவ்வளவு நிலத்தைப் பிரித்துக் கொடுக்கலாம் என்பதைப் பற்றிக் கிராம மக்களே முடிவு செய்ய வேண்டும். அங்கு அரசாங்கத் தலையீடு இருக்கக்கூடாது. ஆனால் இப்பொழுதோ எல்லாவற்றையும் டெல்லியில் உள்ள அரசாங்கம் தீர்மானிக்கிறது. எனவேதான் இதில் தோல்வி ஏற்படுகிறது. அதிகாரப் பரவல்முறை மிகவும் அவசியமானது. அந்த நிலை வந்தால், கிராமங்களில் உள்ள நிலம், இயற்கை வளங்கள், நீராதாரங்கள் இவற்றைப் பற்றி கிராம மக்களே தீர்மானிப்பார்கள். அம்பானியோ, டாடாவோ தீர்மானிக்க முடியாது.

இந்தியாவில் நிலச்சீர்திருத்தச் சட்டங்கள் இருக்கின்றன என்றால் இந்த நிலச்சீர்திருத்தத்திற்காக மக்கள் இயக்கங்களை நடத்தினார்கள் என்பதால்தான். தெலுங்கானாவில் பொதுவுடைமைக் கட்சி இதற்காக முயற்சி செய்தது? வினோபாஜியினுடைய இயக்கத்தால் 42 இலட்சம் ஏக்கருக்கு மேல் நிலதானம் பெற முடிந்தது. திரு.ஜெகந்நாதன் அவர்களும், கிருஷ்ணம்மாள் அவர்களும் தொடர்ந்து இயங்கியதால், நாகப்பட்டிணம், திருவாரூர் பகுதிகளில் 15,000 ஏக்கர் நிலததைப் பிரித்துக் கொடுக்க முடிந்தது. அரசாங்கத்தால் நிலச் சீர்திருத்த இயக்கத்தை நடத்த முடியாது. கேரளாவைப் பாருங்கள். அங்கு அரசாங்கம் நிலச்சீர்திருத்த சட்டத்தை ஏற்படுத்தியது. ஆனால் அது தோல்வி கண்டுவிட்டது. கேரளாவின் பல பகுதிகளில்

நிலத்துக்காக நூற்றுக்கணக்கானப் போராட்டங்கள் நடந்து வருகின்றன. எனவே, இரண்டாவது நிலச்சீர்திருத்தச் சட்டம் தேவை என்று மக்கள் கூறுகிறார்கள். அங்கு பல கம்பெனிகள் அதிகமான நிலத்தை வைத்திருக்கிறார்கள். ஒரு கம்பெனிக்கு ஒரு லட்சத்து ஐம்பதாயிரம் ஏக்கர் நிலம் இருக்கிறது. இதிலெல்லாம் அரசாங்கம் தலையிடாமல் ஏழைகளுக்கு எப்படி நிலம் கொடுக்க முடியும். மிகப்பெரிய நிலப் போராட்டம் அங்கு நடந்து கொண்டிருக்கிறது. தமிழ்நாட்டிலோ நில உச்சவரம்புச் சட்டம் இருக்கிறது. ஆனால், அது சரியாக அமுலாக்கப்படவில்லை. அரசாங்கத்தால் இதைச் செய்ய முடியாது. அரசாங்கம் புதிய ஞானம் பெற்று ஏழைகளுக்கு நிலத்தைப் பிரித்துக் கொடுக்க முடியும் என்று எதிர்பார்க்க முடியாது. ஆனால் மக்களால் இதைச்செய்ய முடியும்.

நிலச்சீர்திருத்தத்திற்காக எப்படி மக்களை ஒருங்கிணைப்பது? உலகின் பல பகுதிகளில் இதற்கான உதாரணங்களை நாம் பார்க்கலாம். ஒரு சில நாடுகளில் ஒரு லட்சம் பேர் கையெழுத்துப் போட்டு கோரிக்கை அனுப்பினால், அங்கு அரசாங்கம் அதற்கான சட்டம் இயற்ற வேண்டிய அவசியம் இருக்கிறது. இந்தியாவில் அப்படி ஒரு ஏற்பாடு கிடையாது. இந்தியாவில் காடுகளுக்கான சட்டம், நில உச்சவரம்புச் சட்டம் போன்ற பல நில சம்பந்தமான சட்டங்கள் இருக்கின்றன. ஆனால் அவையெல்லாம் சரியாக நடைமுறைக்கு வருவதில்லை. அரசாங்கம் இதைச் செய்யத் தவறும் பொழுது மக்கள் புதிய வழியைக் கண்டுபிடித்து இந்தச் சட்டங்களை நடைமுறைக்குக் கொண்டுவரவேண்டும்.

மக்கள் ஒன்று சேர்ந்து இது போன்ற இயக்கங்களை நடத்தினால், தன்னார்வத் தொண்டு நிறுவனங்களும், சமூக அமைப்புகளும் இந்தத் துறையில் ஈடுபட்டால் அரசாங்கம் அவைகளை அடக்க முயற்சிக்கிறது. கூடங்குளம் இதற்கு ஒரு உதாரணம். கூடங்குளத்திலே நடைபெறுகின்ற மக்கள் இயக்கங்களை தடை செய்ய வேண்டும் என்று உளவுத்துறை அறிக்கை சமர்ப்பிக்கிறது. எனவே மக்கள் இயக்கங்களுக்கு ஆதரவு கிடைப்பதில்லை. காவல்துறையும், இராணுவமும் திடீர் திடீர் என அதிரடி சோதனைகள் நடத்தி மக்கள் மனதிலே அச்சத்தை ஏற்படுத்து கிறார்கள். இவர்களெல்லாம் நக்சலைட்டுகள் என்று பட்டம் சூட்டுகிறார்கள். தேசவிரோத சக்திகள் என்று கூறுகிறார்கள். எனவே இத்தகைய இயக்கங்களிலிருந்து மக்கள் தங்களை

விடுவித்துக் கொள்ளவேண்டும் என்று நினைக்கிறார்கள். நிலம் சம்பந்தமான விஷயங்களில் இப்படித்தான் செயல்பட வேண்டும் என்று கம்பெனிகளும், பெரும் தொழில் நிறுவனங் களும் அரசாங்கத்தை நிர்ப்பந்திக்கின்றன. எனவே இயக்கம் நடத்துவதற்கான அவகாசம் கம்பெனிகளுக்கு அதிகமாக இருக் கிறது. தன்னார்வத் தொண்டு நிறுவனங்களுக்கு அது மிகவும் குறைந்து கொண்டே வருகிறது. இது ஒரு பெரும் சவாலாகும். மக்கள் இத்துறைகளில் செயல்படக்கூடாது என்று தடுப்பதற்கு அரசாங்கம் முயல்கிறது. ஆனால் மக்கள் தொடர்ந்து போராட வேண்டும்.

இதுவொரு நெருக்கடி நிலை போன்றது. பொருளாதார நெருக்கடி நிலை. அங்கே என்ன நடக்கும் என்பதை பார்ப்போம். இது ஒரு பெரிய நாடகமாக நடக்கிறது. தான் தூங்குவதற்கு விரும்புவதால் எந்த சத்தமும் எழுப்பக்கூடாது என்று அரண் மனையில் உள்ளவர்களுக்கு அரசன் உத்தரவு பிறப்பிக்கிறார். கொள்ளையர்கள் அரண்மனைக்குள் நுழைகிறார்கள். பாது காப்புக்கு இருக்கின்ற நாய்களோ குலைக்கக் கூடாது என்று ஒரு நிர்பந்தம். இது போன்ற நிலைதான் இப்பொழுது இருக்கிறது. ஜனநாயகம் சரியான முறையில் இயங்காததால் நிலக் கொள்ளையர்கள் அதிகமாகிவிட்டார்கள். காவலுக்கு இருக்கின்றவர்களைத் தடுத்துவிட்டால் என்ன நிலைமை ஏற்படும். இந்த நாட்டைப் பெரும் பெரும் கம்பெனிகள் கொள்ளையடிக்கின்றன. இந்தக் கொள்ளையை எதிர்த்து நின்று குரல் எழுப்புகின்றவர்கள் யார்? எனவே செயல்படுவதற்குத் தகுந்த நேரம் இது.

21 ஆண்டுகள் தென்னாப்பிரிக்காவிலே பல போராட்டங்களை நடத்திவிட்டு காந்தியடிகள் 1915 இல் இந்தியாவிற்குத் திரும்பினார். இந்த தேசத்தை விடுதலை பெற வைக்கவேண்டும் என்பதற்காக இந்தியாவிற்கு வந்தார். காந்தி வருகையின் நூறாவது ஆண்டு விழாவை அரசாங்கம் கொண்டாடியது. ஏன் இந்த விழா? ஏழைகளுக்கும், விளிம்பு நிலையிலுள்ள நலிந்தவர்களுக்கும் விடுதலை கிடைத்துவிட்டதா? ஏழ்மையிலிருந்தும், அநீதியி லிருந்தும் இவர்களை விடுவித்தால்தான் இந்த விழாவிற்கு அர்த்தம் கிடைக்கும். 2017ல் சம்பரானில் நடந்த விவசாயிகள் போராட்டத்தினுடைய நூறாவது ஆண்டு வருகிறது. மார்ட்டின் லூதர் கிங்கைப் பலிகொண்ட ஐம்பதாவது ஆண்டு 2018 ல் வருகிறது. இப்படிப் பல ஆண்டுகள் வந்துகொண்டிருக்கும்.

நமது நாட்டைச் சுரண்டலிலிருந்தும், வறுமையிலிருந்தும் விடுவிக்காமல் இத்தகைய விழாக்களை ஏன் கொண்டாட வேண்டும். உண்மையில் பார்க்கப் போனால், இரண்டாவது சுதந்திரப் போராட்டத்தை நாம் நடத்த வேண்டும். நீதிக்கும், அறத்திற்குமான போராட்டம் இது. இந்த நாட்டில் அறத்தையும், நீதியையும் மறுபடியும் நிர்மாணிப்பதற்கு மாபெரும் இயக்கம் தேவைப்படுகின்ற நேரம் இது. இத்தகைய இரண்டாவது சுதந்திரப் போராட்டத்திற்கு நம்மை ஈடுபடுத்திக் கொள்வதற்கான நல்ல சந்தர்ப்பம் இது.

மக்கள் சீனாவின் முதலாளித்துவப் பாதை இந்தியாவுக்கு ஒரு எச்சரிக்கை

ரிச்சர்ட் ஸ்மித்
www.truth-out.org

சீனாவின் சுற்றுச்சூழல் சீர்கேடு எந்த முதலாளித்துவ நாட்டையும் விடவும் மோசமானதாக உலகை அச்சுறுத்துகிறது. சீன அரசு தனது தொழிற்சாலைகளின் மாசுகளைக் கூடச் சமாளிக்க முடியாது தவிக்கிறது. சீனாவின் காற்றுவெளி கருத்துக்கிடக்கிறது. நீர்நிலைகள், வயல்வெளிகள், நகரங்கள், கிராமங்கள் என அனைத்தும் மாசுபட்டு, நஞ்சாகிக் கிடக்கின்றன. அதிக உற்பத்தி, ராட்சச வளர்ச்சி, அசுர நுகர்வு, கட்டுப்பாடற்ற கழிவுகள் குவிப்பு என சமூகக் கேடுகள் வளர்ச்சி என்ற போர்வையில் குவிக்கப்படுகின்றன. சீனாவின் முரண்பட்ட முதலாளித்துவ கம்யூனிசக் கூட்டு, ஒரு மாய அழிவை உலகுக்கு முன் மாதிரியாக்கி வருகிறது. சீனா இந்த பேரழிவுப் பாதையில் கண்மூடித்தனமாகப் பயணிப்பதை நிறுத்தி, தனது சமூக இயற்கைப் பேரழிவைத் தடுத்து நிறுத்திக் கொள்வது அதற்கு மட்டுமல்ல, உலகுக்கே உடனடித் தேவை.

கழிவுகளைச் சுமந்த லாரிகள் பக்கத்துத் தொழிற்சாலை களிலிருந்து வந்து தனது கிராம எல்லையில் கொட்டிக் கொண்டி ருப்பதை லீ கண்டு அதிர்ச்சியுற்று நின்றார். வயல்வெளிக்கும், பள்ளிக்கும் இடையிலிருந்த காலியிடம் குப்பை மேடானது. அந்த சதுப்பு வெளியிலிருந்து விஷவாயு கொப்பளித்து

வெளிப்பட்டுக் கொண்டிருந்தது.

2008ல் லீயும் பிற விவசாயிகளும் மஞ்சள் நதிக்கரை கிராமத் தினரும் "வாஷிங்டன் ரிப்போர்ட்டர்" ஏட்டின் இதழியலாளரிடம், "அவர்கள் பாலிசிலிகான் தொழிற்சாலையின் கழிவுகளை கடந்த 9 மாதங்களாகக் குவித்து வருகின்றனர். இதன் விஷவாயுக்களால் மக்கள் மூச்சுத் தொல்லைகளுக்கு ஆளாகின்றனர். இதனால் நிலம் மலடாகிறது. புல் பூண்டு கூட முளைப்பதில்லை. அதி லிருந்து எழும் புகையும், தூசும் கண் எரிச்சலையும், மூச்சுத் திணறலையும், மயக்கத்தையும் உண்டாக்குகிறது. வீட்டின் கதவு ஜன்னல்களைத் திறந்து வைக்கவும் முடிவதில்லை" என்று குறைபட்டனர். சீனாவின் வளர்ச்சியும் முன்னேற்றமும் அதன் அழிவில் உருவாகிறது.

இத்தகைய மாசு, பசுமை சூரிய ஆற்றலை உருவாக்க உதவும் பாலிசிலிகான் தகடுகளை, உலகெங்கும் விற்கும் கம்பெனியின் கழிவுகளால்தான் என்பது முரண்பாடான உண்மை. இந்த SUNTECH கம்பெனியின் உரிமையாளர் சீனாவின் பெரிய பணக் காரர்களில் ஒருவர்.

சிலிகான் டெட்ராகுளோரைட் எனும் கழிவைத் தவிர்க்க மாற்று யுக்திகள் உண்டு. எனினும் சீன அரசின் கம்பெனிகள் கூட மக்கள் நலன் பற்றிக் கவலையின்றி இந்த விஷத்தை கிராமங்களின் தலையில் சுமத்தி வருகின்றன. அமெரிக்காவில் கூட இத்தகைய தொழிற்சாலைகள் கடுமையான சட்டத்தால் கட்டுப்படுத்தப்பட்டுள்ளன. மாறாக சீன அரசின் ஏற்றுமதி மோகம், ஆலைகளைக் கட்டுப்படுத்துவதற்கு மாறாக விவசாயி களைக் கைது செய்கிறது.

ஒரு டன் பாலிசிலிகான் உற்பத்தி செய்யும்போது 4 டன் பாலிடெட்ராகுளோரைட் திரவக் கழிவு வெளியாகிறது. இதைச் சரிசெய்யும் தொழில்நுட்பம் மிகுந்த செலவு பிடிப்பது என்பதால் தவிர்க்கப்படுகிறது. ஜெர்மனியில் ஒரு டன் பாலிசிலிகான் உற்பத்தி செய்ய 84500 டாலர் ஆகிறது. ஆனால் சீனா இதை 20000 — 50000 டாலருக்கு விற்று வருகிறது. முதலாளித்துவமும், ஸ்டாலினிசமும் மக்களை அழிக்கக் கைகுலுக்குவதைக் காண் கிறோம். சீனா வாழ்வதற்குத் தகுதியற்றதாகி வருகிறது.

சீனாவின் சுய அழிவு

கடந்த 30 ஆண்டுகாலச் சீன மந்திரப் பொருளாதார வளர்ச்சி உலகையே வியக்கச் செய்துவருகிறது. பணம் குவிக்கவே வாழ்க்கை என்ற முதலாளித்துவப் போக்கே இது. 1979 துவங்கி சீனாவின் ஜி.டி.பி ஆண்டுக்கு 10 விழுக்காடு வளர்ந்து வறுமையில் கிடந்த சீன மக்களை அதிலிருந்து விடுவித்துள்ளது. டென் ஜியாங்பிங் அன்னிய முதலீட்டாளர்களுக்கு நாட்டைத் திறந்துவிட்டார். சந்தைப் பொருளாதாரம் ராஜநடை போட்டுவர சிவப்புக் கம்பளம் விரித்தார். கூடவே சீன அரசுடைமைத் தொழிற்சாலைகளும் நவீன வடிவம் பெற்றன.

வேக வளர்ச்சி - வேகக் கழிவு

அதிவேக வளர்ச்சி 10வது இடத்திலிருந்த சீனாவை முதலிடத்திற்கு 30 ஆண்டுகளில் உயர்த்தியது. 12 வது (2011 — 2015) ஐந்தாண்டுத் திட்டத்தில் ஜீ ஜின்பிங் ஏற்றுமதி இலக்கை மாற்றி, உள்நாட்டு நுகர்வை வளர்க்கும் சீனக் கனவுக்கு வித்திட்டார். அமெரிக்கா போல சீனாவையும் அதிநுகர்வு சமூகமாக்குவது லட்சியமானது. 2008ல் முதலாளித்துவ நாடுகள் மிகப்பெரிய பொருளாதாரச் சரிவைக் கண்டன. தாட்சரையும் கூட சீனா வியந்து பார்க்கச் செய்தது. சீன முதலாளித்துவம், மேலை முதலாளித்துவத்தைவிட உயர்வானதென அவர்களின் பொருளாதார ஏடுகளே எழுதின.

ஆனால் சீனாவின் வளர்ச்சி அதன் சமூகத்தை சுற்றுச்சூழலை பலியிட்டே எழுந்தது. அலட்சியமான இயற்கை அழிப்பால், சீனா தன்னையே அழித்துக்கொண்டது. சீன அமைச்சர் பான் யூ "சீன மந்திரம் நீண்ட நாட்கள் நிற்காது. சீனாவின் சுற்றுச்சூழல் சுமக்க முடியாது தள்ளாடுகிறது. எங்கள் இயற்கை வளங்களை அளவின்றி எடுக்கிறோம். இயற்கை வாழ்வாதாரங்கள் அழிந்து குறையும் அதேவேளையில் மக்கள்தொகை பெருகி வருகிறது. 50 ஆண்டுகளில் மக்கள் தொகை இரட்டிப்பாகி உள்ளது. (130 கோடி) இது 2020ல் 150 கோடியாகிவிடும். சீனாவின் மூன்றில் ஒரு பகுதி நிலப்பரப்பில் அமிலமழை பொழிகிறது. எங்கள் நதிகளில் பாதி குடிக்கத் தகுதியற்றதாகி விட்டது. நாலில் ஒரு சீனர் பாதுகாப்பான குடிநீரின்றித் தவிக்கிறார், மாசுபட்ட காற்றால் மூச்சுத் திணறுகிறார். நகரக் கழிவுகளில் 20 விழுக்காடு மட்டுமே சுத்தம் செயயப்படுகிறது. எங்கள் மக்களின் மருத்துவச்

செலவு ஏற்கமுடியாத அளவு கூடி வருகிறது. பீஜிங்கில் 80 விழுக் காட்டினர் நோயாளிகள். புற்றுநோய் அதிகரித்து வருகிறது" எனப் புலம்புகிறார்.

"பொருளாதார வளர்ச்சி கொண்டு இயற்கை அழிவுகளை, மாசுபடலை தடுத்துவிட முடியுமென்பது ஒரு மாயையாகத் தெரிகிறது. காலம் கடந்து போகிறது. எங்கள் பொருளாதார வளர்ச்சி அழிவுகளை சரிசெய்யுமளவு இல்லை" என்று நேர்மை யுடன் ஒப்புக்கொள்கிறார்.

உலக வளங்கள் ஊதாரி வளர்ச்சிக்குப் பலியாகின்றன

1980—90களின் வளர்ச்சி காடு, கனிமம், எண்ணெய் என அனைத்தையும் பலியிட்டது. வடசீன வளர்ச்சி வேகம், பீஜிங் உட்பட 600 நகரங்களை தாகத்தில் தள்ளியது. பண ஆசைக்கு மரங்கள் வெட்டப்பட்டன. காடுகள் காலியாகின. 2009ல் அரசு மரம் வெட்டுவதைத் தடைசெய்யும் நிலைக்குத் தள்ளப்பட்டது. சீன மர வணிகர்கள் பிற நாடுகளுக்குப் படையெடுத்தனர். சீனா 1979ல் எண்ணெய் ஏற்றுமதி செய்யும் நிலையிலிருந்து 1993ல் உலகின் முதன்மை இறக்குமதி நாடானது. இரும்பு, தாமிரம் போன்ற கனிமங்களையும் இறக்குமதி செய்யத் துவங்கியது.

தேவைக்கு மீறிய இயற்கைவள அழிப்பு

உலக மக்கள் தொகையில் 20 விழுக்காடு கொண்ட சீனா 32 விழுக்காடு உலக வளங்களை விழுங்குவதாக உள்ளது. இது அமெரிக்காவை விட 4 மடங்கு அதிகம். உலகின் நிலக்கரியில் 50 சதம், எண்ணெய் 35 சதம் சீனாவிற்குத் தேவையாக உள்ளது. மரப்பயன்பாட்டில் முதலிடம் வகிக்கிறது. சீனா உலகை வனமற்றதாக்கிவிடும் என்கிறது கிரீன் பீஸ். உலகின் இயற்கை வள அழிப்பில் முதலிடம் பெற்ற சீனாவின் பயன்பாடு குறை வாகவே உள்ளது.

வீசி எறியும் புரட்சி

1980ல் அன்னிய முதலீட்டாளர்களை வரவேற்று, சிறப்புப் பொருளாதார மண்டலக் கலாச்சாரத்தைத் துவக்கியது சீனா. மலிவான கூலி, கட்டுப்பாடற்ற இயற்கை அழிப்பு உரிமை ஆகியன மேலை நாடுகளை ஈர்த்தன. கட்டுப்பாடின்றி புகைக்கி,

நச்சுக்கழிவுகளைக் குவித்து, 70 விழுக்காடு எலெக்ட்ரானிக் கழிவின் குப்பை மேடாகியுள்ளது சீனா.

1990ல் சீனாவில் 10.5 கோடி மலிவுக் கூலிகள் உருவாகினர். அவர்கள் 8 மணி நேரமல்ல 16 மணி நேரம் வேலை செய்தனர். தொழிலாளி வர்க்கம் போராடிப் பெற்ற 8 மணி நேர வேலை உரிமை காலில் போட்டு மிதிக்கப்பட்டது. மணிக்கு 0.57 டாலர் கூலிக்கு உழைத்தனர். மலிவு விலையால் சீன உற்பத்தி உலகச் சந்தையை நிறைத்தது. நுகர்வுவெறி வளர்ச்சியை வளர்த்தது சீனா. உலகே குப்பைக் காடாகச் சீன மலிவுப் பொருட்களே முதன்மைக் காரணம். பயன்படுத்தித் தூக்கி எறியும் கலாச்சாரத்தால் நிரந்தரத் தொழிலாளர்கள் வேலையிழந்தனர். சலவை செய்வதை விட மலிவானது சீனப் புதுத்துணி என்பதால் உடுத்திய ஆடைகள் குப்பைக்கே போயின.

அமெரிக்காவின் தேவைக்கான ஆடைகளை விற்க, பருத்தி உற்பத்தி துவங்கி, நூற்பு, நெசவு, சாயமேற்றல், மென்மையாக்கல் என அனைத்திற்கும் ஆண்டுக்கு 2200 டன் நச்சு ரசாயனங்கள் சீனாவின் ஆறுகளில் கலக்கப்பட்டன. ஆடை உற்பத்தியே பசுங்குடில் வாயுக்கள் உற்பத்தியில் முதலிடம் வகிப்பது. 1950ல் உலகின் ஆடை உற்பத்தி ஒரு கோடி டன். இன்று 7 கோடி டன் பயன்பாடாக உள்ளது. இதற்கு 14.5 கோடி டன் நிலக்கரியும் 200 கோடி கேலன் தண்ணீரும் பயன்படுத்தப்படுகிறது. பாலிஸ்டர் நார் தயாரிக்க சாதாரண இயற்கை நாருக்குத் தேவைப்படுவது போல 25 மடங்குத் தண்ணீர் தேவைப்படுகிறது.

இதுபோல பொம்மைகள், ஆடை, கருவிகள், கிருஸ்துமஸ் அலங்காரப் பொருட்கள், காலணிகள், ஐ போன், பெரிய தட்டை டி.வி. போன்றவை ஒரு முறை மட்டுமே பயன்படுத்தக் கூடியதாக, சீர்செய்ய முடியாததாகவே உள்ளன. இவை குறைந்த காலத்தில் குப்பை மேட்டிற்குச் சென்று விடுகின்றன. இந்த எலெக்ட்ரானிக் குப்பைகள் மீண்டும் சீனாவிற்கே அனுப்பப்பட்டு, மட்டமான ப்ளாஸ்டிக் விளையாட்டுப் பொருட்களாகக் குழந்தைகளுக்கு மெல்லக் கொல்லும் விஷமாகப் போய்ச் சேர்கின்றன.

சீனாவின் 12வது ஐந்தாண்டுத் திட்டமும் உலக அழிவும்

சீனாவின் மலிவான பொருட்களின் ஏற்றுமதி டாலராகச் சீனாவிற்குச் சேருகிறது. இவை கொண்டு மாபெரும் அணைகள், சாலைகள், பலமாடிக் கட்டிடங்கள், புதிய தொழிற்சாலைகள்,

வீடுகள், புதிய நகரங்கள், துறைமுகங்கள் உருவாக்கப்படுகின்றன. சீனாவின் பொறியியல் பெருமையை உணர்த்தும் நினைவுச் சின்னங்களாக வானுயர்ந்த கட்டிடங்களும், அணைகளும் இருக்கின்றன.

1980ன் அனைவருக்கும் புது வீடு திட்டம்

டென் ஜியோபிங் நான்கு புதுமைப்படுத்தும் திட்டங்களைக் கொண்டுவந்தார். 1.விவசாயம், 2.ராணுவம், 3.அறிவியல், 4.தொழில்நுட்பம் எனப் பெரிய தாவலுக்கு நாடு தயாரானது. தொழில் வளர்ச்சிக் குறியீடு 8 விழுக்காடு என அறிவிக்கப்பட்டது. கார், எலெக்ட்ரானிக்ஸ், பெட்ரோ கெமிகல், தூய ஆற்றல் என்பவை நான்கு தூண்கள் என முடிவு செய்தனர். 12வது திட்டத்தில் ஏழு முக்கியத் தொழில்கள் என. 1. ஆற்றல் மிக்க, மாசுபடுத்தாத தூய நிலக்கரி, 2. அடுத்த தலைமுறை மின்னியல், 3. உயிர் நுண்ணியல், 4. உயர் தொழில்நுட்ப கார், விமானம், ரயில் பாதைகள், 5. நவீன அணுஆற்றல், சூரிய ஆற்றல், காற்றாற்றல், 6. புதிய கண்ணாடி, பீங்கான், நார்கள் போன்றன. 7. புதிய ஆற்றல் பயன்பாடு, பாட்டரிகார், எலெக்ட்ரானிக் வாகனங்கள், குறைவான புகைகக்கும் வாகனங்கள்.

சீன மக்களுக்கு வாழப் புதிய வீடு கிடைத்தது. சுற்றிலும் பள்ளிகள், மருத்துவமனை வசதி உருவாக்கப்பட்டன. மக்கள் பலனடைந்தார்கள். மறுபுறம் ஆடம்பரக் கட்டுமானங்கள் வெள்ளை யானைகளாகச் சுமை ஏற்றின. வளர்ச்சி, வருமானத்துடன் அளவற்ற உற்பத்தி, கழிவு, மாசு என்பனவும் தொடர்ந்தன.

உலகை அழிக்கும் கார் மோகம்

12வது திட்டத்தில் சீனக் கார் உற்பத்தி சிறப்பிடம் பெற்றது. பெட்ரோல் பயன்பாடு குறைவான, புதுயுகக் கார்கள் சீனாவின் தேவைக்காக அன்றி ஆடம்பரத்திற்காகச் செய்து குவிக்கப் பட்டன. 1979 வரை கார் உற்பத்தி ஆண்டுக்கு ஒன்றரை லட்சம் இருந்தது. 1990ல் 55 லட்சமாகவும், 2013ல் 2.4 கோடி யாகவும் உயர்ந்தது. 2050க்கான இலக்கு 5 கோடி. தேவையை மிஞ்சிய ஆடம்பரம் பசுங்குடில் வாயுக்களையே குவித்தன. 2007ல் அமெரிக்காவைப் பின்தள்ளி கரிக்காற்று உற்பத்தியில் முதலிடம் பிடித்தது. கார்கள் எண்ணிக்கையால் வேகம் குறைந்தது. பீஜிங்கில் சராசரி வேகம் மணிக்கு 18 கிலோ மீட்டர்.

போக்குவரத்து ஸ்தம்பித்து 100 கிலோமீட்டர் வரை கார்கள் நின்று போயின. நகரம் புகையில் மூழ்கியது. விளைநிலங்கள் சாலைகளாக்கப்பட்டன.

வேலை வாய்ப்பை உருவாக்குவதற்காகவே தொழில்கள் துவங்கப்பட்டன. வளர்ச்சி தடையின்றித் தொடர வேண்டுமெனும் முதலாளித்துவ எண்ணம் வளர்ந்தது. கார், சாலைகள், பாலங்கள் போன்றவை தடையற்ற வேலை வாய்ப்புக்காகவே தேவையின்றியும் நடத்தப்பட்டன.

கார் மத்தியதர வர்க்கத்தின் கௌரவச் சின்னமானது 1980ல் கட்டுப்பாடான நுகர்வு என்று துவங்கியது 1989ல் கட்டுப்பாடற்ற நுகர்வாக வளர்ந்தது. பின் விமானப்பயண மோகம் வளர்க்கப்பட்டது. மால் மோகம், அதிவேக ரயில் மோகம், அயல்நாட்டுப் பயண மோகம் என்பனவற்றின் உச்சமாக 1990ல் சாலையில் சீனாவின் பாரம்பரியச் சின்னமான சைக்கிள் ஓட்டக்கூடத் தடை செய்யப்பட்டது. கிராமப்புறச் சாலைகள் கவனிப்பாரின்றிக் கை விடப்பட்டன.

தேவையற்ற நாற்கரச் சாலைகள்

அமெரிக்காவைக் காரில் வென்றது போல, அதிநவீன ஆட்டோ பாண்ட் சாலைகளிலும் வெல்ல முடிவு செய்தனர். 2010ல் 53,000 கிலோ மீட்டருக்கு எக்ஸ்பிரஸ் சாலைகள் போடப்பட்டன. விளைநிலங்களைச் சிதைத்து, பிளந்து சாலைகள் போடப்பட்டன. ஆனால் செலவுதான் அதிகம். தேவை குறைவு என்பதைக் குறைவான பயன்பாடு உணர்த்தியது.

பெரிய நாற்கரச் சாலையில் அபூர்வமாகக் கார்கள் ஓடின. பெரு நகரங்களில் பெருங்கூட்டம். கிராமங்களை வகிர்ந்து சென்ற பெரும் சாலைகள் அரசின் ஆடம்பர அடையாளமே. மக்கள் அடர்ந்த கிராமங்களில் நல்ல சாலைகள் இல்லை. பெரிய சாலைகளில் வழியில் கட்டப்பட்ட மோட்டல்கள் காற்று வாங்கின. சாலை போட்டுவிட்டால், வளர்ச்சி வந்து விடுமென அதிகாரிகள் காசை அள்ளி வீசினர். சாலை போடுவதில் அரசியல்வாதிகளும், அதிகாரிகளுமே லாபம் பெற்றனர். எத்தனை சிமெண்ட்? எத்தனை இரும்புக் கம்பிகள்? அத்தனையும் எதற்காக, யாருக்காக என்ற கேள்வியுடன் நிற்கின்றன.

காலியான மோனோ ரயில், எக்ஸ்பிரஸ் ரயில்கள்

ஒரு ரயில் பாதை அமைக்க எத்தனை சிமெண்ட், இரும்பு, மின்சாரம், பணம், உடலுழைப்பு செலவளிக்கப்படுகிறது? 10000 கோடி டாலர், 12வது திட்டத்தில் செலவிடப்பட்டு 16000 கோடி கிலோமீட்டர் பாதைகள் போடப்பட்டன. 2013 லேயே உலகில் வேறு எந்த நாட்டை விடவும் அதிகமான உயர்வேக ரயில்பாதை கொண்ட நாடாக சீனா முன்னணி வகித்தது. மிக அதிக செலவுபிடிக்கும் இந்த உயர்வேக ரயில்கள் ஆடம்பர வெற்றிச் சின்னங்களே. சாராரண ரயிலை விட இருமடங்கு மின்சாரம் எடுத்துக் கொள்வதுடன் பயணச் செலவு 10 மடங்கு அதிகம். சிலரே பயன்படுத்தக் கூடிய இதற்குப் பெருந்தொகை செலவிடப்பட்டுள்ளது. இதற்குப்பதில் பெருவாரி மக்கள் பயன் பெறும் வகையில் போக்குவரத்து வசதிகளை உருவாக்குவதே உடனடித் தேவையாக உள்ளது.

அமெரிக்க அறிஞர் நௌரில் ரூபினி, "அண்மையில் நான் ஷாங்காயில் புல்லட் ரயிலில் பயணித்தேன். முன்னர் 4 மணி நேரத்தில் பயணம் சென்ற தூரத்தை ஒரு மணி நேரத்தில் கடந்தேன். ரயில் பாதி காலியாக இருந்தது. அதை ஒட்டிய நாற்கரச் சாலையும் பாதி காலியாகவே இருந்ததைக் கண்டேன். அருகிலேயே விமான நிலையமும் இருந்தது. ஒரு இடத்திற்கு மூன்று வகை பயணப் பாதைகள் ஏன்? இவ்வாறு ஏராளமான ஆடம்பர விரயங்களைச் சீனா முழுதும் கண்டேன் என்கிறார். 22 சீன நகரங்களில் பாதாள ரயில் உள்ளது. மேலும் 16 நகரங்களில் 2018க்குள் கட்டத் திட்டமிட்டுள்ளனர். முதல் பீஜிங் பாதாள ரயிலை 1965 ல் வடிவமைத்த பொறியாளர் "இவை முற்றிலும் தேவையற்ற விரயச் செலவு. இவற்றைக் கட்ட ஆகும் செலவை விட நிர்வகிக்க ஆகும் செலவு அதிகம். இதற்கான வருமானம் இல்லை. பெருநகரங்களின் அடையாளச் சின்னமாகவே இவை உள்ளன" என்கிறார்.

சீனாவை வானில் பறக்கும் முதன்மை நாடு என்று பெருமை சேர்க்க முடிவு செய்தனர். நூற்றுக்கணக்கான விமான நிலையங்கள், பல்லாயிரம் விமானங்கள், ஹெலிகாப்டர்கள், ஜெட், சின்ன விமானங்கள் என 5260 விமானங்களை போயிங்கில் 6700 கோடி டாலரில் 2031க்குள் வாங்கத் திட்டமிட்டுள்ளனர். இது தேவையற்ற தற்கொலை, சுற்றுச்சூழல் தவறு என அறிஞர்கள் எச்சரித்தனர்.

பூமி சூடாதல், பருவநிலை மாற்றம் ஆகியவற்றில் விமானங் களின் பங்கு 3.5 விழுக்காடு. இது 2050ல் 15 விழுக்காடு ஆகும். விமானங்கள் கரிக்காற்று உற்பத்தியில் படிப்படியாக வளர்ந்து வருகின்றன. மண்ணெண்ணெய் எரிபொருளுக்கு மாற்று அண்மையில் கண்டுபிடிக்க வாய்ப்பில்லை. எனவே விமானப் போக்குவரத்து பசுமை வடிவெடுக்க வேறுவழியில்லை என்கிறார் சூழல் இதழியலாளர் ஜார்ஜ் மோன் பியாட். இந் நிலையில் விமானங்களைத் தரையிறக்குவது தவிர பூமியைப் பாதுகாக்க வேறு வழியில்லை என்கிறார். கடினமான முடிவை என்றாகிலும் ஒருநாள் எடுத்தேயாக வேண்டும். மாறாக விமானப் போக்குவரத்தை இருமடங்கு உயர்த்தவே திட்டமுள்ளது. தற்கொலைக்குத் தயாராகிறது சீனா.

அரசு - நகரங்கள் - நில வணிகக் குமிழ்கள்

கட்டுமானம் பெரும் வருமானம் தரும் வணிக வழியாகி உள்ளது. எனவே அரசுகளின் உடனடித் திட்டம் மாபெரும் ஸ்மார்ட் சிட்டிகள், நாற்கரச் சாலைகள், பெரிய அணைகள், மால்கள், வானுயர்ந்த கட்டிடங்களே. இதில் உழைப்பின்றிப் பெரும் பங்கு அரசியல் கட்சிகளுக்குச் சேர்கிறது. ஆனால் விளைநிலங்கள் இழப்பால் பல்லாயிரம் அடித்தட்டு கிராமத்து விவசாயக் கூலிகள், கைவினைஞர்கள் வேலையிழந்து மௌன மரணத்தை தழுவப் போகிறார்கள். பீஜிங்கிலும், ஷாங்காயிலும் பழைய வீடுகள் இடிக்கப்பட்டுப் புதிய நகரங்கள் உருவாகின்றன. வானைத் துளைக்கும் கட்டிடங்கள், காரில் சுற்றும் மால்கள் உருவாக்கப்படுகின்றன.

ஸ்மார்ட் சிட்டி மோகம்

சீன மாநகரங்களில் உலகின் உயரமான கட்டிடங்கள் நிறையப் போகின்றன. நியூயார்க்கை சீன நகரங்கள் தோற்கடிக்க உள்ளன. மக்கள் இவற்றைப் பெரிய உள்ளாடைகள் என்கின்றனர். 2008ல் கட்டி முடிக்கப்பட்ட பெரிய உள்ளாடைகள் காலியாகவே உள்ளன. இப்படிப் பல விமான நிலையங்கள், துறைமுகங்கள் காலியாகவே கிடக்கின்றன. மைல் கணக்காக நீளும் கட்டப்பட்ட வீடுகள் குடியிருப்போருக்காகக் காத்திருக்கின்றன. புதிய பேய் நகரங்கள் இவை.

நகர்ப்புறவாசிகளில் பெரும்பான்மையோர் உயர்நடுத்தர

வர்க்கத்தினர். இவர்களுக்கு 2, 3 வீடுகள் கூட உண்டு. அவை பூட்டி வைக்கப்பட்டே உள்ளன. இத்தகைய வீடுகள் சுமார் 640 லட்சம் உள்ளதாக ஒரு புள்ளிவிபரம் கூறுகிறது. இந்த மாயக் குமிழ் எப்போது உடையுமோ என்ற அச்சமும் நிலவுகிறது.

திடீர் கட்டிடங்கள்

கட்டிடக் காண்டிராக்டர்களுக்கு விதிகள் பணிகின்றன. லஞ் சத்தால் எதையும் சாதிக்க முடியும். இத்தகைய திடீர் வீடுகள், பாலங்கள், நொறுங்கி விழுவது தினசரிச் செய்தியாக உள்ளது என்கிறார் வீட்டுவசதி அமைச்சர். எல்லா சீர்கேட்டிற்கும் ஊழலே காரணம். பீஜிங் பேராசிரியர் லூலிஜியா, "எந்தக் கட்டுப்பாடுமற்ற ஊழல் நடக்கிறது. பொருட்கள் வாங்குவதைக் கண்காணித்துக் கட்டுப்படுத்தும் சட்டம் சரியாக இல்லை. எல்லாம் வெறும் கண் துடைப்பாகவே உள்ளது" என்கிறார்.

இளைய தலைமுறை சார்ந்த கல்லூரி மாணவர், 2012 ல் ஒரு பெரிய பாலம் சரிந்து நொறுங்கிய போது, "தரமற்ற பொருட்கள் எனப் புலம்புவதுடன் சரி, பின் குற்றவாளிகள் பற்றிக் கவலைப் படுவதில்லை. விபத்தில் இறப்பவர்களைப் புதைப்பதுடன் நினைவுகளும் புகைக்கப்பட்டுவிடுகின்றன" என்கிறார்.

20ஆண்டுகாலப் பெருமித வளர்ச்சி

2014ல் வால் ஸ்ட்ரீட் ஜர்னலுக்குப் பேட்டியளித்த பொருளா தார அறிஞர் ஜஸ்டிஜ் யிபூலின் "சீனா இந்த அதிவேக வளர்ச்சியை (8 சதம்) இன்னும் 20 ஆண்டுகளுக்குத் தொடர முடியும்" என்றார். இது உண்மையா? அப்படியானால் இந்த அசுர வளர்ச்சிக்குத் தேவையான மூலப்பொருட்கள் எப்படிக் கிடைக்கும்? எங்கிருந்து கிடைக்கும்? இந்த அதிவேக 8 சத வளர்ச்சி தொடர்ந்து நடந்தால் 2035ல் சீனா நுகர்வில் மற்றொரு அமெரிக்காவாகிவிடும். அமெரிக்காவின் 33 கோடி மக்களின் ஊதாரி வாழ்வு முறையை சீனாவின் 130 கோடி மக்கள் மேற் கொண்டால் உலகம் என்னவாகும்? சீனாவின் மக்கள் தொகை உலகின் மக்கள் தொகையில் 20 சதம். இவர்கள் இப்போதே பிற உலக நாடுகளின் எண்ணெய்ப் பயன்பாடளவுக்குப் பயன் படுத்தி வருகின்றனர்.

இதை உலகம் தாங்குமா? உலகின் பிற நாடுகள் என்ன ஆவது?

உலக வளங்கள் முழுதும் அமெரிக்காவுக்கும், சீனாவிற்குமே

பொருள்	அமெரிக்காவின் பயன்பாடு	சீனாவின் பயன்பாடு	2035ல் அமெரிக்கா	2035ல் சீனா
தானியம்	338 மில்லியன் டன்	424	1505	2191
மாமிசம்	37மி.டன்	73	166	270
எண்ணெய்	19 மில்.பீப்பாய்	9	85	86
நிலக்கரி	525 மில்.டன்	1714	2335	3731
இரும்பு	102 மில்.டன்	453	456	1329
உரம்	20 மில்.டன்	49	91	214
காகிதம்	74 மில்.டன்	97	331	394

போதாததாகிவிடும் என்கிறார் ஆய்வறிஞர் மைக்கேல் க்ளேர்.

காற்றின் கொலை

தொழிற்சாலைகளில் எரிக்கப்படும் கரி, வாகனங்கள் கக்கும் புகை எனக் காற்று மாசுபட்டு நஞ்சாகி நோய் தருவதாகியுள்ளது. வடசீனாவின் வளர்ச்சிக் கழிவுகள் அதை அணுப் பனிப் பாலை யாக்கியுள்ளது. புகை மண்டலம் நுரையீரல் புற்றுநோயாகி வருகிறது. பீஜிங்கில் 12 லட்சம் பேர் நுரையீரல் புற்றுநோயால் மரணமடைகின்றனர். உலகின் புகைசூழ்ந்த நாடுகளில் 30 விழுக்காடு சீனாவுக்குச் சொந்தம்.

உணவு நஞ்சாகிறது

சீனாவின் புதிய பணக்காரர்கள் சீனாவில் விளைந்த காய், கனி, தானியங்களை விஷமென வாங்குவதில்லை. மால்களில் இறக்குமதி செய்யப்பட்டவற்றை வாங்கப் பெரும் கூட்டம் அலைகிறது.

ஆற்றல் உற்பத்தி - அழிவின் உற்பத்தி

சீனா உலகின் இயற்கைநேய ஆற்றல் உருவாக்கத்தில் முதலிடம் வகிக்கிறது. சூரிய, காற்று ஆற்றல் உற்பத்தியில் முன்னணி எனினும் இவை தருவது சீனாவின் தேவையில் ஒரு விழுக்காடே. கரியால் 63 விழுக்காடு, எண்ணெயில் 18 விழுக்காடு, நீர் மின்சாரம் 6 விழுக்காடு, இயற்கை எரிவாயு 4 விழுக்காடு, அணுமின்சாரம் 1 விழுக்காடு. தினமும் 4000 லட்சம் டன் கரி

எரிக்கப்படுகிறது.

அமெரிக்காவின் ஆண்டு நிலக்கரிப் பயன்பாடு 1000 லட்சம் டன். புகை உருவாக்கத்தைக் கட்டுப்படுத்த சீனா தனது அனல் மின் நிலையங்களை நவீனப்படுத்தியுள்ள போதும், உற்பத்தி குறைகிறது என்பதால் பல வேளைகளில் பயன்படுத்தப் படுவதில்லை.

2040ல் கரிப் பயன்பாட்டை 69 விழுக்காட்டிலிருந்து, 55 விழுக்காடாகக் குறைக்க சீன அரசு திட்டமிட்டுள்ளது. எனி னும் சீனாவின் வளர்ச்சி வேகத்தால் மாசுபடுதல் 50 சதம் அதிகரிக்கவே செய்யும். காற்று மாசு அளவு 25 மைக்ரோ கிராம் பார்டிகில் இருப்பது உடல் நலத்திற்கு ஆபத்து என்கிறது WHO. சீனாவின் தற்போதைய காற்று மாசு அளவு 75 m.p.

2013ல் சீனா முழுதுமே மோசமான மூச்சுப்பாதை நோயால் அவதிப்பட்டது. 104 நகரங்களில் அபாய மணியடிக்கப்பட்டது. பள்ளிகளுக்கு விடுமுறை விடப்பட்டது. விமான நிலையங்கள் புகை மூட்டம் காரணமாக மூடப்பட்டன. சீனா தனது 8 விழுக்காடு வளர்ச்சி வேகத்தை 5 விழுக்காடாகக் குறைத்துக் கொண்ட போதும், அதன் கரிப் பயன்பாடும், காற்று மாசும் 2030ல் 70 சதம் உயருமென அறிஞர்கள் எச்சரிக்கின்றனர்.

உண்மை எத்தனை கொடிய எச்சரிக்கை தந்த போதும், சீனா தனது வளர்ச்சி வேகத்தைக் குறைக்க முடியாது. இதனால் சீனா மட்டுமல்ல உலகம் முழுதுமே பருவநிலை மாற்ற விளைவு களால் பாதிக்கப்படும்.

2007ல் சீனா கரிக்காற்று உற்பத்தியில் அமெரிக்காவை முந்தியது. சீனாவின் தற்போதைய வளர்ச்சியை விட 2 சதம் குறைவாக 5.7 சதத்திற்குக் கொண்டுவரப்பட்டாலும் 2040ல் 1500 கோடி டன் கரிக்காற்றை சீனா உருவாக்கும். இது அமெரிக் காவை விட மூன்று மடங்கு அதிகம். உலகின் கரிக்காற்று உருவாக்கலில் 30 சதம் சீனாவின் கொடை.

நிலக்கரியிலிருந்து எரிவாயு இன்னும் மோசம்

கரியின் நேரடித் தீமையிலிருந்து விடுபட அதை வாயுவாக்கி உபயோகிக்கலாம் எனப் பல ஒதுக்குப்புற நகரங்களில் கரியை எரிவாயுவாக்கும் முயற்சியைச் சீன அரசு முயன்றது. இந்த

எரிவாயு திரவம் மின் உற்பத்திக்கு நகரங்களுக்கு அனுப்பப்பட்டது. எனினும் இதில் இருமடங்கு கரிக்காற்று உருவாகிறது என்பது கண்டுபிடிக்கப்பட்டது. இதில் பயன்படுத்தப்பட்ட பெருமளவு தண்ணீர் மாசுபட்டு வெளியேற்றப்பட்டது.

கரிக்காற்றுச் சுமையை 880 கிகா டன் என்பதில் வைத்திருக்கவே தற்போதைய சூடாதலை 2 டிகிரியளவு குறைக்க வேண்டும். சீனா 1000 கோடி டன் கரிக்காற்றை உருவாக்குகிறது. இந்த சீனாவின் கரிக்காற்று உற்பத்தி தொடர்ந்தால், உலக நாடுகள் அனைத்தும் அனைத்துச் செயல்பாடுகளையும் நிறுத்த வேண்டி வரும்.

மலடான மண், நஞ்சான நீர், கொல்லும் உணவு

யுகங்களாக உயிர்தந்த காற்றையும், உணவு தந்த நதிகளையும் சில பத்தாண்டுகளின் தொழில்மயம் மாசுபடுத்தி நஞ்சாக்கி விட்டது. தொழிற்சாலையின் ரசாயனக் கழிவுகள் மட்டு மின்றி, விவசாயத்தின் ரசாயனங்களும், பெரு நகரங்களின் சாக்கடைகளும் உலகின் பெரிய நதியான மஞ்சள் நதியின் அத்தனை உப நதிகளையும் நஞ்சாக்கிவிட்டன. அரசு அமைத்த கழிவுநீர் சுத்திகரிப்பு நிலையங்கள் செயலற்று நிற்கின்றன. கடல் நடுவே நீருக்குத் தவிப்பவர் போல நதிக்கரை மக்கள் நீரிருந்தும் குடிக்க முடியாது வாடுகின்றனர். மீன்களும், டால்பின்களும், நண்டுகளும் செத்து மிதக்கின்றன. நிலத்தடி நீரும் பாழ்பட்டு விட்டது. வளர்ச்சிக்காகக் கட்டுப்பாடின்றித் திறந்துவிடப்பட்ட சீனா, கழிவுகளில் மிதக்கிறது. 11 நகரங்களின் நீர் மூலங்களில் 64 சதம் மாசுபட்டுக் கிடக்கிறது என்கிறது ஒரு ஆய்வு. நிலத்தடி நீர் அளவின்றி உறிஞ்சப்பட்டு, வற்றிக் கொண்டுள்ளது.

புற்றுநோய் கிராமங்கள்

1980ல் சந்தைக்கான கிராமங்கள், புதிய தொழில் நகரங்கள் உருவாகின. உலகின் மாசுபடுத்தும் தொழில்கள் சீன இளைஞர் களுக்கு வேலை வாய்ப்புத் தருமென நுழைந்தன. சிறப்புப் பொருளாதார மண்டலங்கள் பெரும் நிலப்பரப்பில் ஜொலித்தன. கேன்சர் கிராமங்கள் உருவாகின. 459 கிராமங்கள் இந்தப் பட்டப்பெயர் பெற்றன. சில கிராமங்களில் 80 விழுக்காட்டினர் ஏதாவதொரு புற்றுநோயில் வாடினர். சில கிராமங்கள் முழுதும் ஈய நச்சால் பாதிக்கப்பட்டிருந்தன. யூன்னான் பகுதி குரோமிய

நஞ்சில் மிதந்தது.

நீர் மாசுபடுதல் காற்று மாசு போலக் கண்ணுக்குத் தெரியாமல் போவதில்லை. கனத்த உலோக நச்சுக்களை எளிதாக நீக்க முடிவதில்லை. அவை நீண்ட காலம் வாழும் தன்மை பெற்றன. நிலம் மாசுபட்டால் நீர் மாசுபடுவது நீண்டகாலம் தொடரும். வட சீனா முழுதும் விளைநிலங்கள் கெட்டதால் உடல்நலக் கேட்டில் வாடுகிறது. கால்நடைகள் நச்சுத் தீவனம் உண்பதால் நஞ்சாகி சுழற்சியில் மனிதனைக் கொல்வதாகிறது. *River Runs Back* நூலின் ஆசிரியர் எலிசபெத், நீர்மாசால் 19 கோடி சீனர்கள் நோயுற்று வாடுகின்றனர் மற்றும் வயிற்றுப்போக்கு, பல்வேறு புற்றுநோய்கள், வளர்ச்சிக் குறைவு சீனர்களை வாட்டுவதாக எழுதுகிறார்.

மண் கெட்டால் உணவு கெடும்

ரசாயன உரங்கள், பூச்சிக்கொல்லிகளால் மண்ணும் உணவும் நஞ்சாகியுள்ளது. தொழிற்சாலைக் கழிவுகள் பாசன நீரை மாசுபடுத்தியுள்ளன. “30 லட்சம் ஹெக்டேர் விளைநிலம் (பெல்ஜியம் அளவு) பயிரடத் தகுதியற்றதாகி விட்டது” என விவசாய அமைச்சர் கூறுகிறார். புல்வெளிகளும், மேய்ச்சல் நிலங்களும் கூட பாதிக்கப்பட்டுள்ளன. அரசு 2010ல் நடத்திய ஆய்வுகளை வெளியிடாமல் மக்கள் கிளர்ச்சி செய்வார் களென மறைத்துவைத்தது. சீனாவின் 40 விழுக்காடு விளைநிலம் மாசு பட்டுள்ளது. தொழில்மயம் வாழ்வாதாரமான நீரைக் கெடுத்து விட்டது.

கம்யூனிஸ்ட் கட்சி ஒரு கொள்ளையர் கூட்டமாகி உள்ளது

தன் மக்களின் வாழ்க்கைத் தரத்தைக் குறைந்த காலத்தில் உயர்த்திய அரசு, நாடு முழுதையும் சாலைகளாலும், புகை வண்டிப்பாதைகளாலும், விமானப் போக்குவரத்தாலும் இணைத்த அரசு, தூய குடிநீர் தரமுடியாது போனது ஏன்? பாதுகாப்பான உணவை கட்டுப்பாடு கொண்ட அரசு தர முடியாது போனது ஏன்? மக்கள் அரசு நடக்கும் நாட்டில் கட்டிடங்கள், சாலைகள் அமைப்பது தரமற்றதாகப் போவதும், ஊழலினால் பாலங்கள் குலைந்து விழுவதும் ஏன்? வலிமை வாய்ந்த ராணுவமும், காவல்துறையும் கொண்ட நாட்டில் தனியார் கம்பெனிகள் மட்டுமல்ல, அரசுத் தொழிற்சாலைகளும்

ஆற்றையும், காற்றையும், மண்ணையும் நஞ்சாக்குவதைத் தடுக்க முடியாது போவது ஏன்? மனிதநேயம் வளர்க்கும் கட்சியின் அரசு கொல்லும் ஈயம் கொண்ட சாயப்பூச்சு பொம்மைகளை உலகெங்கும் ஏற்றுமதி செய்து லாபம் காண நினைப்பது எவ்விதம் சரியாகும்?

நேர்மையான மக்கள் ஜனநாயக அரசில் லஞ்சமும், ஊழலும் மக்கள் உயிரைப் பலிகொள்வது எப்படி அனுமதிக்கப் படுகிறது? இதற்கெல்லாம் காரணம் இன்றைய சீன அரசின் தன்மையிலேயே உள்ளது. சீனக் கம்யூனிஸ்ட் கட்சியின் உள் முரண்பாடு முதலாளித்துவ — சோசலிச ஒட்டு, பொருளாதாரச் செயற்கைத் தன்மை, மனித இயல்பின் இயற்கையான பேராசை, ஆதிக்க உணர்வு என்பனவற்றின் கூட்டு என்பதையே நிகழ்வுகள் உணர்த்துகின்றன.

அரசியல் பொருளாதாரம்

சீனா உலகின் பெரிய, வலிமையான பொருளாதாரத்தைக் கொண்டுள்ளது. சீன அரசின் வசம் உலகின் பெரும் வணிகக் கம்பெனிகள் உள்ளன. அவை பெரும் லாபத்தை ஈட்டி வருகின்றன. எனினும் அவற்றை முதலாளித்துவம் என்று கூறிவிட முடியாது. கம்யூனிஸ்ட் கட்சி உறுப்பினர்களுக்கு அரசுடைமையான நிறு வனங்களில் பங்கு இல்லை. அவை அரசுக்குரியன. அதிகாரவர்க்க கூட்டு நிர்வாகம் உள்ளது. இவற்றின் உற்பத்தி முதலாளித்துவம் போல இல்லை.

உலகின் பெரிய கார்ப்பரேட் கம்பெனிகளில் முதல் 10 இடங்களைச் சீனா பெற்றுள்ளது. மேலும் 69 சீன நிறுவனங்கள் பார்ச்சூன் க்ளோபலின் 500 நிறுவனங்களில் இடம் பெற்றுள்ளன. இதில் மட்டுமே அரசுக்கு உரிமையற்ற தனியார் நிறுவனங்கள் உள்ளன. அவையும் அரசு உதவி, அரசின் பங்குகள் கொண்டவை. சந்தைப்பொருளாதாரத்தை ஏற்று 35 ஆண்டுகள் பின்னும் அரசுடைமை நிறுவனங்களே உச்சத்தில் உள்ளன. வங்கிகள், சுரங்கங்கள், தொழிற்சாலைகள், கனரகத் தொழில்கள், கப்பல், ஆற்றல் உற்பத்தி, பெட்ரோலியம், கட்டுமானம், அணு ஆற்றல், விமானம், நாட்டின் நிலம், இயற்கை வளங்கள் யாவும் அரசு சொத்துக்களே.

இந்த நாட்டுடைமையான கம்பெனிகளின் பலனைச் சில குடும்பங்கள் அனுபவிக்கின்றன. மேலும் சொத்துக்கள், தொலைத்

தொடர்பு, பெட்ரோலியம், விமானம், கார்கள் ஆகியவற்றில் 70 முதல் 90 சதம் அரசுக்கு உரியனவே. சீனாவின் வங்கிகள் யாவும் அரசுக்கே சொந்தமானவை. அரசின் கட்டுப்பாட்டிலேயே நாட்டின் பொருளாதாரம் உள்ளது. தனியார் வளர்ச்சியும் ஊக்குவிக்கப்படுகிறது. தனியார் பணக்காரர் ஆவதற்கு அரசு உதவுகிறது. இப்போதும் கிராமப்புறத் தொழில்கள் 50 விழுக் காடு இடத்தைப் பெற்றுள்ளன. வெளிநாட்டு, மற்றும் கூட்டு முதலீட்டுத் தொழில்கள் 30 சதம் ஜி.டி.பி கொண்டுள்ளது. சீனா வின் தனியார் தொழிலின் பங்கு 20 விழுக்காடாக உள்ளது.

அரசுடமை நிறுவனங்கள் முதலாளித்துவ கார்ப்பரேட் கம்பெனிகள் போல இயக்கப்படுகின்றன. இவற்றிற்குப் பெரும் கட்டுப்பாடுகள் இல்லை. அரசின் பெட்ரோலியத் துறை, சீன தேசிய பெட்ரோலிய கார்ப்பரேசன் என்றே அழைக்கப்படுகிறது. எனினும் அவை அரசுடைமையே தவிர கார்ப்பரேட் கம்பெனி களல்ல.

பல சீன அரசுக் கம்பெனிகள் நியூயார்க் ஸ்டாக் எக்ஸ்சேன்ஜில் இடம்பெற்றுள்ளன. வெளிநாட்டு முதலீட்டாளர்களுக்கு வாக் குரிமையற்ற 25 விழுக்காடு பங்குகளே தரப்படுகிறது. சீன மின் உற்பத்தி சிங்கப்பூர், ஆஸ்திரேலியா, பிலிபைன்ஸ், போர்ச்சுகல் நாடுகளிலும் நடக்கிறது. இவற்றின் நிர்வாக மேலாளர்களைச் சீனக் கம்யூனிஸ்ட் கட்சியே நியமிக்கிறது. எல்லா அரசு கார்ப் பரேட் கம்பெனிகளின் செயலாளர்களாக கம்யூனிஸ்ட் கட்சி உறுப்பினர்களே நியமிக்கப்படுகின்றனர். இவர்கள் நிர்வாக அதிகாரியை விட அதிகாரம் கொண்டவர்கள்.

முதலாளித்துவ நிறுவனங்களும், அரசு நிறுவனங்களும் அடுத் தடுத்து இயங்குவதைக் காண முடியும். உலகின் பல முன்னணி கார்ப்பரேட் நிறுவனங்கள் சீனாவில் இயங்குகின்றன. சீனாவில் ஆயிரமாயிரம் கோடிகளின் அதிபதிகள் 89 பேர் உள்ளனர். சீனாவின் தனியார் நிறுவனங்கள் அரசு நிறுவனங்களை விடச் சிறியதாகவே உள்ளன.

உள்ளூர் முதலாளிகள் மீது கம்யூனிஸ்ட் கட்சி கண்வைத்துக் கண்காணித்துக் கொண்டே உள்ளது. அவர்கள் ஓரளவிற்கு மேல் வளரும் போது, போட்டியை உருவாக்குகின்றனர். அல்லது அவர்கள் அரசை ஒரு பங்குதாரராக ஏற்கக் கட்டாயப் படுத்து கின்றனர். கட்சியை மீறுகிறவர்கள் அடக்கப்படுகின்றனர். அல்லது அவர்களின் சொத்துக்கள் பறிமுதல் செய்யப்படுகிறது.

சில பெரு முதலாளிகள் சுவடின்றிக் காணாமல் போவதும் உண்டு. இதைச் சீன மக்கள் “கொல்லப்படும் கொழுத்த பன்றிகள்” என்கின்றனர். பணக்காரர்களின் பங்களாக்களின் அடிநிலம் அரசுடைமையானதாகவே உள்ளது.

கடந்த 30 ஆண்டுகளில் 6 கோடி விவசாயிகளின், நகர்ப்புற வாசிகளின் விளைநிலங்களும், வீடுகளும் வளர்ச்சிக்காக அரசால் எடுக்கப்பட்டுள்ளன. திரி கோர்ஜ் அணைக்காக 10 லட்சம் மக்கள் தமது வாழ்விடத்தைக் காலி செய்ய நேர்ந்தது. சாலைகள், மால்கள், விளையாட்டு அரங்கங்கள் கட்ட மக்கள் தமது உடைமைகளை விட்டுக் கொடுக்க நேர்கிறது. இதில் கட்சிக்காரர்களும் தப்ப முடிவதில்லை.

பீஜிங் விளையாட்டரங்கம்

சீனாவின் எட்டரைக்கோடி கம்யூனிஸ்ட் கட்சி உறுப்பினர் களில் ஆளும் வர்க்கத்தினரே உயர் பதவிகளில் உள்ளார்கள். 1949 புரட்சியின் வெற்றிக்குப் பின் ஆட்சி கட்சி, ராணுவம், அதிகாரிகளால் நடத்தப்பட்டது. அவர்கள் தடுக்கப்பட்ட நகரத்தின் சிறப்பு வாழ்விடத்தில் வாழ்பவர்கள். 1950ல் பொருளா தாரம் தேசியமயமாக்கப்பட்டது. அவர்களே பொருளா தார நிர்வாகத்தையும், அரசையும் தமக்குள் பிரித்துக் கொண்டனர். தலைமுறை தலைமுறையாக அந்த வாரிசுகளே ஆண்டு வருகின் றனர்.

1976ல் மாவோ மரணமடைந்தபின், அந்த ஆளும்வர்க்க சிவப்புக் குடும்பங்களின் “எட்டு அழிவற்றவர்கள்” அனைத்து அதிகாரங்களையும் தமக்குள் பகிர்ந்து கொண்டனர். முதியவர் கள் செத்தபின் தமது எதிரிகளைக் கொன்றனர். பின் கூட்டுத் தலைமை, சுழற்முறைத் தலைவர், பிரதமர், 65 வயதில் கட்டாய ஓய்வு என்பன கொண்டு வரப்பட்டது. எல்லாம் உண்மையை விட்டுவிலகினவே.

சீனக் கம்யூனிஸ்ட் கட்சியின் உள் நிர்வாகம் ஒரு மர்மகுகை போன்றதாகவே உள்ளது. சட்டம், தேர்தல், உட்கட்சி ஜனநாயகம், சுதந்திர நீதித்துறை, காவல்துறை, தகுதி அடிப்படையில் பதவி என எதுவும் இல்லை. கட்சியின் தயவில்தான் மக்கள் வாழமுடியும் என்ற நிலை. மாவோவின் காலம் முதலே முதலாளித்துவவாதிகள் ஊடுருவினர். லின்ப்யோ, லீ ஷேக்யூ,

டென் ஜியாங்பிங் என ஆதிக்கவாதிகள் தொடர்ந்தனர். பதவிப் போட்டிகள், சிம்மாசன சதிகள் முடிவின்றித் தொடர்கின்றன.

ஜி காட்பாதர் படத்தை ரசித்துப் பார்ப்பவராதலால் யூஜி எனும் நாடு கடத்தப்பட்ட எழுத்தாளர் "ஜி ஜின்பிங்—சீனாவின் காட்பாதர்" என்ற நாவலை எழுதினார். அது இன்றும் சீனாவில் அனுமதிக்கப்படவில்லை. அவர், "சீனக் கம்யூனிஸ்ட் கட்சி ஒரு பெரிய மர்மக் கும்பல், ஜி அதன் காட்பாதர்" என்றார். அவரது நூலை வெளியிட முன்வந்த ஹாங்காங் பதிப்பாளர் மிரட்டப்பட்டு, கைது செய்யப்பட்டு, காணாமல் போனார். கட்சியை மீறி எதுவும் நடக்க முடியாது. ஊழல் அனைவரையும் ஒன்றுபடுத்துவதாக உள்ளது.

கொள்ளைக்கார முதலாளித்துவம் வாழ ஊழலே அடிப்படை

சீனப் பொருளாதாரம் அதன் அரசியலைப் பிரதிபலிக்கிறது. சீனக் கம்யூனிஸ்ட் கட்சி பல தொழில்களில் ஏகாதிபத்தியம் செலுத்திப் பணத்தில் மிதக்கிறது. முதலாளித்துவ நாடுகளில் சொத்துகள், வங்கி இருப்பு, பங்குகள் போன்ற சட்டப்படியான சொத்துக்கள் உண்டு. சீனாவில் இது எதுவுமில்லை. கட்சிக் காரர்களுக்கு சட்டப்படி அரசு நிறுவனங்களில் பங்கு இல்லை. சொந்தமில்லை. ஆனால் ரகசியப் பணப்பறிமாற்றம், வெளிநாடு களில் சொத்துக் குவிப்பு நடக்கிறது என்பதை நியூயார்க் டைம்ஸ் ஏடு கூறுகிறது. முன்னாள் பிரதமர் வின் ஜியபோவிற்கு 2700 கோடி டாலர் சொத்து இருந்ததாம். பல்வேறு தொழில்கள், சுரங்கங்கள், கட்டிடங்கள் அவரது உறவினர் பெயரில் உள்ளது. அவரது குடும்பச் சொத்துமதிப்பு 3760 கோடி என்கின்றனர்.

சந்தை அறங்களின் சமாதி

டென் ஜியாபிங் மாவோயிசத்தைத் தூக்கி எறிந்து பணக் காரராகுங்கள், சந்தையைத் திறந்து விடுங்கள், தனியார் மயத்தை ஊக்குவியுங்கள், வணிகக் கடலில் குதியுங்கள் என்று ஊக்குவித்தார். கம்யூனிஸ்ட் கட்சியினர் அனைத்து அறத்தவறு களுக்கும் தயாராயினர். பெரும் பணக்காரராவது அதுவும் உடனடியாக ஆவதே லட்சியமானது. நாடே நம் பையில் எனப் பணம்ஈட்ட எல்லாப் பாவங்களையும் செய்தனர். ஊழல் வளர்ந்தது. கடத்தல், அரசு சொத்துக்களை விற்றல் என

அதிகாரம் சந்தை மயமானது. சட்டம் அவர்கள் கைகளில் அடங்கியது. அவ்வப்போது சில கட்சித் தலைவர்கள் எதிர்ப் புரட்சிக்காரர் எனக் கைது செய்யப்பட்டனர். 1000 கோடி டாலர் தொழில்சாலையை 100 கோடி டாலருக்கு விற்றனர்.

பணமே முதன்மையானது

கட்சியின் உயர்மட்டத் தலைவர்களுக்கு ஆடம்பரக்கார், பங்களா, மது என எல்லாம் கிடைத்தன. பல அரசு நிறுவனங்கள் அவர்கள் கையிலிருந்தன. வெளிநாடுகளில் சொத்துக்கள் வாங்கிக் குவித்தனர். அரசு சொத்துக்கள் அவர்களின் ஏ.டி.எம் கார்டு களாயின. ஒவ்வொரு அரசு அதிகாரிக்கும் மூன்று முகங்கள். பொதுவான சமூக முகம், தனிமுகம், ரகசிய முகம். அமெரிக்க வங்கியாளர்கள், அவர்களின் தோழராயினர். ஏராளமான பணம் வெளியேறியது. கட்சித் தலைவர்களின் இளவரசர்கள் ராஜ வாழ்க்கை நடத்தினர்.

சீனாவின் இயற்கை வளங்கள் பொறுப்பின்றி மாசுபடுத்தப் பட்டன. சுரண்டப்பட்டன. கொள்ளையடிக்கப்பட்டன. மக்கள் தீராத நோய்களுக்கு ஆளாகினர். அரசு நிறுவனங்கள் தடுப் பாரின்றிச் சட்டத்திற்குப் புறம்பான செயல்களில் ஈடுபட்டன. பொருட்கள் வீணாக்கப்பட்டன. தேவையின்றி அதிக ஆட்கள் வேலைக்கு அமர்த்தப்பட்டனர். செயலின்மை தடுப்பாரின்றி நடந்தது. ஊழல் கரைபுரண்டோடியது.

சீனா எவ்வழி - உலகம் அவ்வழி

பூமி சூடாதல், பருவநிலை மாற்றம் ஆகியவை உச்சத்தை எட்டும் நெருக்கடி நிலையில் உள்ளன. 2016 முடிவதற்குள் பூமி 4-6 டிகிரி அதிக வெப்பமடைந்துவிடும். இதை 2 டிகிரிக்குள் நிறுத்தத் தவறினால், பூமியின் அழிவை நாம் தடுத்து நிறுத்த முடியாது. இதற்கு வளர்ந்த முதலாளித்துவ நாடுகளும், சீனாவும், இந்தியாவும் தமது கரிக்காற்றுக் குவிப்பை 40-70 விழுக்காட்டிற்குள் குறைத்தாக வேண்டும். ஆண்டுக்கு 6-10 விழுக்காடு என அடுத்த 35 ஆண்டுகள், 2050 வரை குறைக்கும் முயற்சியை உடனடியாகத் துவக்க வேண்டும். இதற்கான தீவிரமான, அதிரடி முயற்சிகளை உடனடியாகத் துவக்க வேண் டும். சந்தைவெறி குறைய வேண்டும். கடுமையான சிக்கன நடவடிக்கைகள் மேற்கொள்ளப்பட வேண்டும். புதிய வாழ்வு

முறையை ஏற்க வேண்டும். இவற்றை அடைய என்ன செய்ய வேண்டியவை;

- தவிர்க்க முடியாதன தவிர, மற்ற அனைத்து நிலக்கரி பயன்பாட்டுத் தொழிற்சாலைகளையும் மூடு.

    மாற்றுத் தொழில் நுட்பம், எரிபொருட்கள் காண வேண்டும்.

- கார் மோகம் குறை... கார் கம்பெனிகளை மூடு.

    உலகம் சூடாவதன் முதன்மைக் காரணம் தனிப் போக்குவரத்தாகும். பேருந்து, புகைவண்டி போன்ற பொதுப்போக்குவரத்தைப் பயன்படுத்தலும், சைக்கிள் பயன்பாட்டை ஊக்குவித்தலும் நாட்டுக்கும், உலகுக்கும் மட்டுமல்ல நம் உடல் நலத்திற்கும் நல்லது.

- ஏற்றுமதி தொழிற்சாலைகளை மூடு.

    ஆற்றிலும், கடலிலும், காற்றிலும் இவை கக்கும் கழிவுகள் பூமிக்கே அழிவு. ஏற்றுமதி உள்ளூரை அழிப்பது.

- விமானம், கப்பல், அதிவேக ரயில் போக்குவரத்தைக் குறை.

    மிகை வேகம், மிகை கேடு.

- வானுயரக் கட்டிடங்களை நிறுத்து.

    பயனற்ற ஆடம்பர அடையாளங்களே வான் தொடும் கட்டிடங்கள், எண்கரச் சாலைகள், மிதவைப் பாலங்கள், ஆடம்பர விமான நிலையங்கள். இவை விளைநிலங்களை, மலைகளை, காடுகளை அழித்தே உருவாகின்றன.

- நகர்மயமாதலை நிறுத்து. கிராம வாழ்வுக்குத் திரும்பு.

    நகர வாழ்வு அதிக எரிபொருள், அதிக மின்சாரம், அதிக நுகர்வு, அதிக மாசுபடுதல், அதிக ஆரோக்கியக் கேடு, அதிக செலவு பிடிப்பது. கடந்த 30 ஆண்டுகளில் தேவையற்ற நகர்மயம், கிராமங்களைப் பலிகொண்டே நடந்துள்ளது. மீண்டும் கிராமத்திற்குத் திரும்புவோர்க்கு பயிரிட நிலம், இடைத்தரகரில்லாத விளைபொருள் விற்பனை வாய்ப்பு

என அனைத்துச் சமூகப் பாதுகாப்புகளையும் தந்து அரசு வாழ்விக்க வேண்டும்.

- ஏகாதிபத்தியச் சுரண்டலை நிறுத்து — மேலை நாகரிக ஊடுருவலை நிறுத்து.

ஏகாதிபத்தியப் பேராசை அண்டை நாடுகளைச் சுரண்டவும், மேலாதிக்கம் செலுத்தவும், அவர்களின் இயற்கை வளங்களை களவாடவும் தூண்டுகிறது. சுரண்டலற்ற உலகமே சமாதானம் கொண்டதாக இருக்க முடியும். ஏகாதிபத்தியப் பேராசையே சுரண்டலுக்குக் காரணம்.

- இயற்கையைக் காக்க உடனடித் திட்டமிடல் துவங்குக.

30 ஆண்டு கால முதலாளித்துவ வளர்ச்சி மோகத்தால் நாட்டில் இயற்கை வளங்கள் கண்மூடித்தனமாக அழிக்கப் பட்டுவிட்டன. நதிகளையும், நீர் நிலைகளையும், விளை நிலங்களையும், மாசுபட்ட காற்றையும், சீர்குலைந்த உடல் நலத்தையும் மீட்டெடுக்க நீணட காலத் திட்ட மிடலும், செயல்பாடும் அவசர உணர்வுடன் புத்துயிர்ப் பிக்கத் துவங்க வேண்டும். மூன்றாவது உலக நாடுகளின் அழிப்பால் பயன்பெற்ற பணக்கார நாடுகள் இதற்கு பொரு ளாதார, தொழில்நுட்ப உதவிகள் வழங்க வேண்டும்.

- புதிய தொழில்கள், வேலை வாய்ப்புகள் உருவாக்குவது அவசியம்.

மாசுபடுத்தும் தொழிற்சாலைகளை மூடினால், தேவை யற்ற ஆடம்பரக் கட்டுமானங்களை நிறுத்தினால் லட்சக் கணக்கான தொழிலாளர்கள் வேலை இழப்பர். காடு கள் மறு உருவாக்கல், நீர்நிலைகளைப் புதுப்பித்தல், விவசாயம், சுற்றுச்சூழலைச் சீர்படுத்தல் எனப் புதிய வேலை வாய்ப்புகளை உருவாக்க முடியும்.

புதிய புரட்சி அல்லது முழுமை அழிவு

சீன அரசும், கம்யூனிஸ்ட் கட்சியும் மீள முடியாத அழிவுப் புதைகுழியில் சிக்கியுள்ளன. ஊழல் சுழலிலிருந்து மீளும், மீட்கும் புரட்சி தேவை. பொறுப்பற்ற இயற்கை வள அழிப்பு, மீட்க முடியாத இயற்கை வாழ்வாதாரங்களின் அழிப்பு,

இயற்கை மாசுபடுத்தல் என்பன மீள முடியாத சவால்களே. முதலாளித்துவ வளர்ச்சிப் பேரழிவிலிருந்து மீள்வது எளிதல்ல. ஊழல் மயமான அரசு இயந்திரத்தை, அதிகாரிகளை, கட்சிகளை நேர்மைப்படுத்தும் முயற்சி ஆபத்தானதாகலாம். ஊழலின் மீதான போர், மாசுபடுத்தலை ஒழிக்கும் போர் இவையன்றி நாட்டின் நலனைக் காப்பது அரிது.

ஜனநாயகப் போர்வையில் சர்வாதிகாரமே நடக்கிறது. மக்கள் உரிமைகள் மக்கள் ஒப்புதலின்றி பறிக்கப்படுகின்றன. மக்கள் போராடுகின்றனர். ஆனால் அரசு வன்முறையால் அவை அடக்கப்படுகின்றன. அழிவு வளர்ச்சியை எதிர்ப்போரை தீவிர வாதிகள், பிரிவினைவாதிகள் என ஒடுக்க முயல்கிறது அரசு. குமுறிக் கொண்டிருக்கும் எரிமலையின் மேல் ஆட்சியாளர்கள் அமர்ந்து கொண்டுள்ளனர்.

8 விழுக்காடு வளர்ச்சி எனும் மோகம், மக்களை ஒதுக்கிய மேல் மட்டத்தினரின் வளர்ச்சியின் குறியீடே. இந்த மாயையை அரசும், மக்களும் துறக்க முன்வர வேண்டும். அடக்கு முறைகளால் மக்கள் உணர்வுகளை, எழுச்சியை நிறுத்திவிட முடியாது. பேச்சு, எழுத்து, சுதந்திரத்தை சர்வாதிகார ஆட்சி யாளர்கள் பறிக்கும்போது மக்கள் எரிமலை வெடிக்கும் என நடுநிலையாளர்கள் எச்சரிக்கின்றனர். அடக்குமுறைகள், சர்வாதி காரம் ஆகிய பலவீன அரசின் தன்னம்பிக்கையற்ற போலி மூடிகள் மக்கள் முன் பலனற்றவை. ஊழல்வாதிகள் மக்கள் எழுச்சியுறும் போது அன்னிய நாடுகளுக்கு ஓடி மறைவார்கள். மக்கள் புரட்சி நாட்டை மீட்கும்.

அரசுக்கு எதிரான மக்கள் எழுச்சி நாட்டின் ஒவ்வொரு மூலையிலும் வளர்ந்து, வலிமை பெற்று வருகின்றன. உழைப் பாளர்கள் போராடிப் பெற்ற 8 மணி நேர வேலை, பணிப் பாதுகாப்பு ஆகியன முதலாளித்துவ வளர்ச்சிக்கு இரையாகி உள்ளன. விளைநிலங்களை இழந்த விவசாயிகள், கிராம மக்கள் குமுறிக் கொண்டுள்ளனர். வேலை வாய்ப்பற்ற படித்த நகர்ப்புற இளைஞர்களின் துயரம் கோபமாக வடிவெடுக்கிறது. 99 விழுக் காட்டினரை அழித்து 1 விழுக்காட்டினர் வாழ்வதா என்ற போர்க்குரல் எங்கும் எழக்காண்கிறோம். சமத்துவ ஜனநாயக வாழ்வுக்கான முழுப்புரட்சியை உலகம் எதிர்கொள்ள வேண்டி யுள்ளது. சமத்துவம், ஜனநாயகம் எனும் புரட்சிப் பதாகையின் கீழ் உலகம் நடைபோடத் துவங்கியுள்ளது.

சமத்துவம் மறுக்கும் சீன மருத்துவம்

ஹீத்தர் முலின்ஸ் - ஓன்ஸ்

THIRD WORLD RESURGANCE 2015- 296

சோசலிச திட்டமிட்ட பொருளாதாரத்தை ஏற்ற மக்கள் சீனா 1980க்குப் பின் முதலாளித்துவ சந்தைப் பொருளாதாரப் பாதையில் நடைபோடத் துவங்கியது. மாவோ காலத்தின் மக்கள் மையத் திட்டங்கள் கைவிடப்பட்டு, பொருளாதார வளர்ச்சியே சீனாவின் லட்சியமானது. நாட்டில் செல்வம் கொழித்தது. பொருளாதாரத்தில் உலக அளவில் சீனா இரண் டாவது இடத்தைப் பிடித்தது. அதற்காக நாட்டின் இயற்கை வாழ்வாதாரங்கள் அழிக்கப்பட்டன. மாசுபட்டன. மக்கள் நோயுற்றனர். ஆனால் அரசு — மக்கள் நலவாழ்வுத் திட்டங்கள் கைவிடப்பட்டு, மருத்துவம் வணிகமயமாவது துவங்கியது.

1980 வரை அனைத்து மக்களுக்கும் அடிப்படை மருத்துவ உதவி இலவசமாகக் கிடைத்தது. அரசு காப்பீடு, தொழிலாளர் மருத்துவக் காப்பீடு என இரண்டு திட்டங்கள், மருததுவப் பாதுகாப்பு வழங்கின. படிப்படியாக, மருந்து விலை கட்டுப் படுத்தப்பட்டது. 1980 வரை நோய்த்தடுப்பு, பொது சுகாதாரம், அடிப்படை மருத்துவம் பெறும் வசதி ஆகியவற்றிற்கு முன்னு ரிமை தரப்பட்டது. தொலைதூர கிராம மக்களுக்கு மருத்துவம் வழங்கக் குறுகிய காலப் பயிற்சி பெற்ற "வெறுங்கால் டாக்டர்கள்" பயிற்றுவிக்கப்பட்டனர். 1975ல் குழந்தைகள் மரணம் 1000க்கு

250ஆக இருந்தது.

1985ல் 34ஆகக் குறைந்தது. மருத்துவமனைகள் தமது செலவு களுக்குத் தாமே வருமானம் உருவாக்க வேண்டியதானது. மருந்து கள் விலை 20 சதம் உயர்த்தப்பட்டது. தேவையற்ற மருந்துகளை வாங்க மக்களை நிர்ப்பந்தித்தனர். ஏற்றத்தாழ்வுகள் வளர்ந்தன. நோய் தடுப்புக்கான முன்னுரிமை ஒதுக்கப்பட்டு, நோய் மருத்து வம் மூலமான லாபம் முன்னிலைப்படுத்தப்பட்டது.

கிராமப்புற மருத்துவ சேவை

சீனாவின் மூன்று கட்ட நலவாழ்வு கவனிப்புத் திட்டங்களில், கிராம மையம், நகர மருத்துவமையம், பெருநகர மருத்துவமையம் போன்றவை முக்கியப்பங்கு வகித்தன. கிராமங்களில் அடிப்படை மருத்துவம், தேவையானவர்களை நகர மருத்துவ மையத்திற்கு அனுப்புவது என்பன கடைப்பிடிக்கப்பட்டன. இத்திட்டங்கள் முடக்கப்பட்டு, வெறுங்கால் டாக்டர்களின் மருத்துவ உதவி கிராம மக்களுக்குக் கிடைக்காமல் போனது. விவசாயிகள் தங்கள் வருமானத்தில் 0.5—2 விழுக்காடு கூட்டுறவு மருத்துவ மனைகளுக்கு வழங்கி மருத்துவம் பெற்று வந்தனர்.

90 விழுக்காடு கிராம மக்கள் இதனால் பயன்பெற்றனர். 1990ல் இதில் வெறும் 10 விழுக்காட்டினரே பயன்பெற்றனர். பொருளாதார சீர்திருத்த காலத்தில் கூட்டுறவு சிதைந்து தனியார் மருத்துவமனைகள் வளர்ந்தன. கம்யூனிஸ்ட் கட்சியின் 10 வது மாநாட்டில் சந்தைப் பொருளாதாரத்திற்கு மாறும் முடிவு மேற்கொள்ளப்பட்டது. கிராம நகர வேறுபாடுகள் பெரிதாயின. சமத்துவ மருத்துவம் தடைபட்டது.

1984ல் நில உரிமையாளர்கள் தங்கள் நிலத்தில் வேலை செய்வதன் மூலம் உற்பத்தி பெருக்கும் திட்டம் வந்தது. மத்திய—மாநில அரசுகளின் நிதிப்பகிர்வு பற்றிய புதிய அணுகு முறையால் வறுமைப்பட்ட பகுதிகள் மிகுந்த நிதிப்பற்றாக் குறைக்கு ஆளாகின. மருத்துவ ஆட்கள் வேறு பணிகளுக்கு திரும்பிவிட்டனர்.

சந்தைப் பொருளாதாரத்தை (1980) ஏற்றபின் மருத்துவ நலம்

நகரங்கள் ஓரளவு நல்ல நிதி பெற்றன. எனினும் சமத்துவமான

மருத்துவ கவனிப்பு கிடைக்கவில்லை. 1993—98ல் 16,000 குடும்பங்களில் மருத்துவ சேவை பெறுவது பாதிக்கப்பட்டதாகப் புள்ளி விபரங்கள் கூறுகின்றன. இக்கால கட்டத்தில் வருமான ஏற்றத்தாழ்வு பெரிதாக வளர்ந்தது. தங்கள் பணத்தைக் கொடுத்து மருத்துவம் பெற்றவர்கள் தொகை 28 விழுக்காட்டிலிருந்து 40 விழுக்காடாக உயர்ந்தது.

வெளி நோயாளிகள் எண்ணிக்கை 1993ல் 3.0 விழுக்காட்டிலிருந்தது 4.5 விழுக்காடாக 1998ல் உயர்ந்தது. அரசு மற்றும் தொழிலாளர் காப்பீடு உதவி 52 விழுக்காட்டிலிருந்து 39 விழுக்காடாக குறைந்தது. பெண்களுக்கான மருத்துவ உதவியும் குறைந்தது. புறநோயாளிகள் பொருளாதார வறுமை காரணமாகச் சிகிச்சை பெற முடியாது சென்றனர். இது 1993ல் 38 விழுக்காடாக இருந்தது. 1998ல் 70 விழுக்காடாக உயர்ந்தது சோசலிச லட்சியம் கொண்ட நாட்டிற்குத் தலைகுனிவு. 1992ல் 68 விழுக்காட்டினர் பணம் இன்மையால் மருத்துவ மனையில் சேர முடியாது திரும்பினர். இது 1997ல் 86 விழுக்காடு ஆனது. வசதி பெற்றோர் மருத்துவம் பெறுவது 1991ல் 7 விழுக்காடாக இருந்தது. 1997ல் 31 விழுக்காடு ஆனது. பொருளாதார வசதியின்மையால் மருத்துவம் பெற முடியாது பெண்கள் மிகவும் கஷ்டப்பட்டனர். மொத்தத்தில் ஏழைகளும் பெண்களும் சந்தைப் பொருளாதார வளர்ச்சியால் மருத்துவம் பெற முடியாத நிலைக்குத் தள்ளப்பட்டனர்.

“நகர்ப்புற ஏழைகளுக்கு மருத்துவ வசதி எட்டாக் கனியாகி விட்டது. இதற்கு மருத்துவத் துறைக்கு ஒதுக்கும் நிதி குறைந்து போனதே காரணம்” என்கிறார்கள் மக்கள். மருத்துவச் செலவு அதிகரித்துக் கொண்டே போகிறது. மருத்துவம் வழங்குவோரைக் கட்டுப்படுத்தும் திறனற்றதாக அரசு மாறிப்போனது. அவர்கள் லாபமீட்டக் கதவுகள் யாவும் திறந்துவிடப்பட்டுவிட்டது. மருந்து விற்பனை, பரிசோதனைகள் என்பன மிகவும் விலை மிக்கதாக ஏழைகளுக்கு எட்டாது போய்விட்டன. டாக்டர்கள் தேவையற்ற மருந்துகளையும், பரிசோதனைகளையும் எழுதி ஏழைகளுக்கு மருந்துவம் எட்டாமல் செய்கின்றனர். இவற்றைக் கட்டுப்படுத்தும் திட்டம் அரசிடம் இல்லை. மருத்துவத்திற்கான பங்கீடு ஜி.டி.பி யில் 4.11 ஆகக் குறைந்துவிட்டது. மக்கள் செய்யும் செலவு 1991ல் 38 விழுக்காடாக இருந்தது. 2000ல் 60 விழுக்காடாக உயர்ந்தது. சீனாவின் சீரழிந்துவரும் சூழல் மாசுகள், நஞ்சான குடிநீர், தடையற்ற சுற்றுலா வளர்ப்பு ஆகியவையே இதற்குக்

காரணம் என்கின்றனர். சாரிஸ் எனும் மூச்சுப்பாதை நோய் கட்டுப்பாடற்ற சுற்றுலாப் பயணிகளால் பரவுகிறது. வருமானம் குறைவான ஏழைகள் நல்ல வாழ்வுச் சூழல், மருத்துவம் என அடிப்படைத் தேவைகள் கிடைக்காமல் வாடுகின்றனர்.

மருத்துவம் மக்களுக்குக் கிடைக்கச் செய்வது எப்படி?

அடிப்படை மருத்துவக் காப்பீட்டுத் திட்டம் இக்குறைகளைப் போக்கக் கொண்டுவரப்பட்டது. இது நகர்ப்புற மக்களுக்குக் கிடைத்ததேயன்றி ஏழைத் தொழிலாளர்களுக்கும், புலம் பெயர்ந்த உழைப்பாளிகளுக்கும் கிடைக்கவில்லை. இதில் பணி யாளரின் சம்பளத்தில் 2 விழுக்காடு அளவுக்கு மட்டும் தரப் பட்டது. ஆனால் முதலாளிகளுக்கு 6 விழுக்காடு சலுகை தரப் பட்டது. நகர்ப்புற மக்களில் 28 விழுக்காட்டினருக்கே இந்தக் காப்பீடு கிடைத்தது. கிராமப்புற மருத்துவ நிலை மேம்பட புதிய கூட்டுறவு மருத்துவமுறை மூலம் 1.2 டாலரும், அரசின் பங்காக 2.5 டாலரும் மானியமாகத் தரப்பட்டது. இது 2007 ல் 6 டாலராக உயர்த்தப்பட்டது. 2010 ல் 4.5 டாலராகவும், அரசு பங்காக 18 டாலரும் தரப்பட்டது.

காப்பீடு தீர்வாகுமா?

அரசின் பல்வேறு காப்பீட்டுத் திட்டங்கள், காப்பீடு செய்தவர் களின் சொந்தச் செலவை அதிகரித்தது. 2007ல் உலக வங்கி, WHO, பீஜிங் பல்கலைக்கழகம் போன்றவை மருத்துவத்துறை சீர்திருத்தங்களை முன்மொழிந்தன.

2008ல் பிரதமர் வின்ஜியாபோ மருத்துவத்திற்கான நிதியை 25 விழுக்காடு உயர்த்தினார். 80 விழுக்காடு மக்களுக்கு மருத்துவக் காப்பீடு வழங்கவும் அறிவித்தார். எத்தனை நிதியை உயர்த்தி னாலும் அதை வீழ்த்தும் வகையில் மருந்து, மருத்துவ செலவுகள் அதிகரித்தன. எனினும் 2020ல் அனைவருக்கும் மருத்துவப் பாது காப்பு வழங்கச் சீன அரசு முடிவெடுத்துள்ளது.

1949 முதல் 1976 வரை மருத்துவம் வழங்கும் பொறுப்பை தொழிற்சாலைகள், கல்லூரிகள், அரசு, கூட்டுப் பண்ணைகள் ஏற்றன. இதற்கு அடிப்படை மருத்துவப் பணியாளரிடம் அடி நிலை மருத்துவ மையங்களும், இரண்டாம் நிலை மருத்துவ மனைகள் சிறப்பு மருத்துவர்களாலும் நடத்தப்பட்டதே

காரணம். ராணுவம், ரயில்வே, அரசுத் துறைகள் தமக்கெனத் தனி மருத்துவமனைகளை உருவாக்கிக் கொண்டன.

பெருமளவிலான மக்கள் அடிப்படை மருத்துவமனைகளிலேயே பார்க்கப்பட்டு, வடித்து எடுக்கப்பட்ட நோயாளிகள் மட்டும் இரண்டாம் நிலை மருத்துவமனைக்கு அனுப்பப்பட்டனர். மிகச் சிலரே மூன்றாம் நிலை மருத்துவமனையில் சேர்க்கப்பட்டனர். அடிப்படை மருத்துவர்களுக்கு 6 மாதப் பயிற்சியும், இரண்டாம் நிலை மருத்துவமனைக்கு பட்டயப் படிப்புப்பெற்றோரும், மூன் றாம் நிலைக்கு முழுமையான பயிற்சி பெற்ற மருத்துவர்களும் நியமிக்கப்பட்டனர்.

“சந்தைப் பொருளாதாரம் நுழைந்தது. மக்கள் நலவாழ்வு தேவையற்ற சுமையானது என்று கவித்துவமாகச் சாடினர். திட்ட மிட்ட பொருளாதாரம் வேகமான வளர்ச்சிக்கு உதவாது என் றனர். கார்ப்பரேட்மயமாவதும், போட்டியும், லாப நோக்கமும் முதன்மை பெற்றது. இதற்காக கல்வி, வீடு, மருத்துவம், முதியோர் நலம் போன்றவை கைவிடப்பட்டன. தொழிலாளர்களின் வாழ் நாள் முழுதுமான பாதுகாப்பு சுமையெனக் கருதப்பட்டது. அரசுத் துறைகள் தேவையற்ற அதிகப் பணியாட்கள் மூலம் லாபமற்றதாகத் தனியார் வளர அனுமதித்தன.

கூட்டு விவசாயத்தின் இடத்தில் குடும்ப விவசாயம் புகுத்தப் பட்டதில் அதிக உழைப்பு, அதிக விளைச்சல் கண்டபோதும் மருத்துவ நலம் கைவிடப்பட்டது. சமத்துவமின்மை அதிகரிப்பு, லஞ்சம், ஊழல், மக்களிடம் வளர்ந்த அவநம்பிக்கை, விரக்தி, மருத்துவ உதவிகள் மறுப்பு, நலவாழ்வுத் திட்டங்கள் கைவிடப் படல் போன்ற சந்தைப் பொருளாதாரத்தின் எதிர் விளைவுகள் சீன அரசுக்கும், கம்யூனிஸ்ட் கட்சிக்கும் பெரும் நெருடலாகவும், சவாலாகவும் உள்ளன.

சீனாவின் இந்த வேகமான வளர்ச்சி, முன்னேற்றம், வசதிகள் பெருக்கம் மூன்றாவது உலக நாடுகளுக்குப் பெரும் உத்வேக மூட்டும் முன்மாதிரிகளாக இருந்தபோதும், அவற்றின் மறுபக்கம் கவலை கொள்ள வேண்டிய எச்சரிக்கையே.

ஏழு பாவங்கள் - ஏழு கட்டளைகள்

அட்ரியனோ கேட்னியோ
THIRD WORLD RESURGENCE 2015 -296

உலக மக்கள் அனைவருக்கும் நலவாழ்வுப் பாதுகாப்பு (UNIVERSAL HEALTH CARE) என்பதைத் தனது லட்சியமாக உலக சுகாதார நிறுவனம் அறிவித்துள்ளது. உலகமயமும், தனியார் மயமும் மக்களின் நலவாழ்வை விலையாக்கி, அதை மக்களுக்கு எட்டாக் கனியாக்கிவிட்டது. இந்த அழிவுப் போக்கிலிருந்து உலகைக் காக்கவே, அனைவருக்கும் நலவாழ்வுப் பாதுகாப்பு அறிவிக்கப்பட்டுள்ளது. வணிகமய மருத்துவம் ஏழு பாவங்களை வளர்த்துள்ளது. இவற்றிற்கான பாவவிமோசனம் பற்றிச் சிந்திக்க வேண்டிய காலம் இது. இப்பாவங்களைக் களைவதன் மூலமே அனைவருக்கும் நலவாழ்வு லட்சியத்தை எட்ட முடியும்.

1. சோம்பல் ஒழி— செய்யவேண்டியதை, செய்ய முடிந்ததைச் செய்ய வேண்டிய காலத்தில் செய்யாமல் அலட்சியப்படுதுவது, சோம்பேறித்தனமாக இருப்பது தவிர்ப்பது என்பன ஐநா, முன்னர் அறிவித்த அனைவருக்கும் நலவாழ்வு திட்டமாகும். அடிப்படை நலவாழ்வுத் தேவைகளான கல்வி, சத்துணவு, தூய வாழ்வுச்சூழல், மற்றும் நல்ல மருத்துவ உதவி — இவற்றை வழங்காமல் அனைவருக்கும் நலவாழ்வு என்பது வெறும் கனவே. இதற்கான சமூக, பொருளாதார மாற்றங்களுக்கான முயற்சி மேற்கொள்ளப்பட வேண்டும். இந்த மாற்றங்கள்

நிகழாமல், ஆரோக்கிய வாழ்வு சாத்தியமாகாது. வெறும் நலவாழ்வுப் பாதுகாப்பை மட்டும் வலியுறுத்துவது, நலவாழ்வைத் தந்துவிடாது.

2.பேராசை தவிர் — தேவைக்கு அதிகமாக எதைச் சேர்த்து வைப்பதும் பாவம்.

அதிகமாக உள்ளதை பிறருடன் பகிர்ந்து வாழ்வதே நல்லறம். UHC என்பதை மருத்துவக் காப்பீட்டுத் திட்டத்துடன் சிலர் ஒன்றுபடுத்திக் காணக்கூடும். இது சிலருக்குக் கிடைக்கக் கூடும். அரசின் பங்கும் இதில் மிகக் குறைவாகவே இருக்கும். UHCயை பொருளாதார உதவியுடன் இணைப்பது பற்றி 2010 உலக சுகாதார அறிக்கையில் “மருத்துவத் துறைக்கான நிதியளிப்பு—சகலருக்குமான மருத்துவ உதவி கிடைத்தல்” என்ற தலைப்பில் கூறப்பட்டுள்ளது. UHCயை வசதியுடைமை மற்றும் பொருளாதாரத்துடன் இணைத்துக் காணச் செய்வது, தனியார் காப்பீட்டு கம்பெனிகள் மருத்துவத்துறையில் நுழைவதற்கே வழிவகுக்கும். சில நாடுகளில் பொதுத்துறை பெரிதாக உள்ளது. ஆனால் பொதுத்துறை மூலமாக மருத்துவ உதவி தர முயலும் முயற்சிக்குச் சில நாடுகள் தடையாக அமையக் கூடும்.

இதைத் தவிர்க்க, பொதுத்துறையின் ஈடுபாடும், நிர்வாகமும் கொண்ட மருத்துவ சேவைக்கு அதிகமாக வாய்ப்பளிக்க வேண்டும். இதற்கான முற்போக்கு வரிவிதிப்புக் கொள்கை தேவை. எங்கு தனியார்துறை வலிமையுடன் காலூன்றியுள்ளதோ அங்கு தரமான மருத்துவ உதவியும், மருத்துவர்களுக்கு நல்ல வருமானமும் கிடைக்கும்படி அரசு கண்காணிக்க வேண்டும். மேலும் புதிதாக எழும் மருத்துவ சவால்கள், நோய் பரவல், வாழ்வியல் சார்ந்த தொற்றாத நோய்கள் (சர்க்கரை, ரத்த அழுத்தம், உடல்பருமன்) போன்றவை தற்போதையப் பொருளாதார, அரசியல் போக்கால் உருவாக்கப்படுவதைத் தடுக்கவும் முன்வர வேண்டும்.

3. பெருந்தீனி — அதிக நுகர்வு — வீணாக்குதலுக்கு மாற்றாக சுய கட்டுப்பாடு, ஆடம்பர மறுப்பு, எளிமை கடைப்பிடிப்பு.

வணிகத்தனம் தேவை, உற்பத்தி இவற்றிக்கிடையேயான சமன்நிலையைச் சீர்குலைத்து லாபம் ஈட்ட முயலும். தவறான தகவல்கள், புள்ளிவிபரங்கள் மூலம் சமத்துவமின்மையை வளர்க்கவே முயலும். UHC தேவையற்ற அதிகப் பொருள் குவிப்பு

மூலம் தேவையற்ற தேவைகளை வளர்க்கும் வணிகர்களின் லாப வேட்கை முயற்சிகளைக் கண்காணித்து, கட்டுப்படுத்த முயலவேண்டும். இதை இவான் இலியச் "மருத்துவர்கள் நோய் எதிர்ப்புத் திறன், நோய்த் தடுப்பு, மாற்று செயற்கை உணவுகள் பற்றி முன் முயற்சி எடுக்காத போதும், வணிகர்கள் தாய்ப்பாலிலிருந்து டின் பாலுக்கு மாற்றும் முயற்சிகளில் வெற்றி பெறுகிறார்கள்" என்று எச்சரிக்கிறார்.

மருத்துவத் தேவைகளைச் செயற்கையாக அதிகரித்துக் காட்டிப் புதிய தொழில்நுட்பங்களும், புதிய மருத்துவத் தொழிற்சாலை களும் தேவை என்ற மாயையை உருவாக்கி, நோய் உருவாகும் எனும் லாப வலையில் வீழ்த்துகின்றனர். வணிக தாராளமயம் காரணமாக ஆரோக்கியமற்ற வாழ்வுமுறை சமூகத்தின் மீது திணிக்கப்படுகிறது. அதிக நுகர்வு வெறி, அதிக ஆரோக்கியமற்ற வாழ்வுமுறை, வீணாக்கும் ஊதாரித்தனம்போன்றவையைக் குறைக்க வேண்டும். பொது சமூகக் கட்டுப்பாடு, வாழ்வியல் சீர்திருத்தம், கட்டுப்பாடான எளிய வாழ்வுமுறை மூலம் ஏற்ற தாழ்வு போக்கி சமத்துவம் உருவாக்க வேண்டும். இதில் உண் டாகும் தடைகள் UHCக்குத் தடையாக மாறலாம்.

4. பெருமை, பிறர் சாதனைகளை அங்கீகரிக்காமைக்கு மாற் றாக எளிமை, பணிவு, சுயபரிசோதனை, சுயநல மறுப்பு.

தரம் காக்கப்படும் போதே, அனைவருக்கு மருத்துவ கவனிப்பு (UHC) என்பது பலன் தரும். தேவைகளை அளவிடுதல், மக்களின் பொருளாதார, சமூகப் பின்புலம் இவற்றைக் கருத்தில் கொள்ளும்போதே பாதுகாப்பான தரமான மருத்துவ உதவி அனைவருக்கும் கிடைக்கும். தரமான மருத்துவ உதவி என்பது உலக மருத்துவத் திட்டத்தில் புறக்கணிக்கப்பட்டுள்ளதை இப் போதுதான் கண்டுபிடித்துள்ளனர். குறிப்பாகக் குழந்தைகள் நலக் கண்காணிப்பில் இது புறக்கணிக்கப்பட்டுள்ளது.

தொழில்நுட்பத் தரமற்ற மருத்துவத்தால் செலவு அதிகமாகும். பலனும் கிடைக்காது போகும். கிடைப்பதும், தரமானதாகக் கிடைக்க வழி செய்யவேண்டும். சிரமமான இந்த இலக்கை அடையப் பல வழிகள் கூறப்படுகின்றன. தரமான குழந்தைகள் நலன் திட்டமிட்ட தரநிர்ணயம், கண்காணிப்பு போன்றவற்றால் வெற்றிகரமாக எட்டப்பட்டுள்ளது. தேசிய தர மேம்பாட்டின் மூலம் மருத்துவத் துறையில் அனைத்து நிலைகளிலும் தரத்தை

உயர்த்திவிட முடியும். WHO குழந்தைகள் நல மேம்பாட்டை, தாய் நலம், இளம்சிசு நலக்கணிப்பு இவற்றில் உள்ள தர இடைவெளியைச் சரி செய்வதன் மூலம் அனைத்து நிலை களிலும் சரி செய்துவிட முடியும். வணிக யுக்திகள், மருத்துவக் காப்பீடு ஆகியவற்றின் மூலம் மட்டும் தரமான மருத்துவக் கண் காணிப்பைத் தந்து விட முடியாது.

5. பகை — பிறரைத் தரம் தாழ்த்தல் இவற்றிற்கு மாற்றாகப் பரிவு — கருணை, தயக்கமற்ற நம்பிக்கை.

நலவாழ்வு என்பது பரந்த, வேறுபாடுகள் மலிந்த சமூக, பொருளாதார, பண்பாட்டுச் சூழலில் சிக்கலான இலக்காகும். UHC உருவாக்கும் நலவாழ்வு மாற்றங்கள், மருத்துவத் துறையின் பிற துறைகள் மீதும் தாக்கத்தை உண்டாக்கும். மருத்துவப் பணியாளர் பயிற்சி, சேவைத் தளங்கள், சமூகத் தளங்கள் ஆகிய வற்றிலும் இதன் தாக்கம் உண்டாகும்.

இதற்கு மாறான உண்மையும் உண்டு. ஏதாவது ஒரு முறையைப் பின்பற்றுவதும், அதைக் கொண்டு, அதன் பலன்களைக்கண்டு சரியான மாற்றுத்திட்டத்தை உருவாக்குவதும் தேவைப்படுகிறது. UHCயை சமூக நிகழ்வுச் சூழலுடன் இணைப்பதன் மூலமாகவே இது சாத்தியமாகும். சிறந்ததற்கும் மோசமானதற்கும் இடையே யான இடைவெளி நிரப்பப்பட வேண்டும். இதற்கான சமூகப் பாதுகாப்பு துவக்கத்தில் தரப்பட வேண்டும். இந்த மருத்துவக் காப்பீடு போன்றவை பொருளாதார நெருக்கடியுள்ள ஏழைகள், அடித்தட்டு மக்கள், நெடுந்தொலைவில் வசிப்பவர் களிடம் முதலில் துவக்கப்பட வேண்டும்.

6. வெறுப்பு, பொறுமையின்மை, சந்தேகம் இவற்றிற்கு மாற்றாக அமைதி, பொறுமை, சகிப்புத் தன்மை.

UHCயை அனைத்துத் தடைகள், இடையூறுகளிடையேயும் சரியான நிர்வாகம், கண்காணிப்பு மூலம் செயல்படுத்த வேண் டும். அரசு தேசிய அளவிலும், உள்ளூரளவிலும், பொறுப்பேற்க வேண்டும். உலக அளவில் இதைக் கண்காணித்து வழி நடத்துவது யார்? WHOவின் பலவீனம் அதன் செயல்பாட்டிற்குத் தடையாக உள்ளது. இவற்றைச் சரி செய்வது அவசியம்.

WHO வின் பங்களிப்பையும், ஈடுபாட்டையும் மேம்படுத்துவது தவிர வேறுவழியெதுவுமில்லை. WHO தைரியமும், பொறுமையும்

கொண்டு செயல்பட வேண்டும். புகையிலை கட்டுப்பாட்டுச் செயல்பாடு, பின்பற்றுவதற்கான ஒரு நல்ல உதாரணம். உள்ளூரில் பொறுப்பும், உலகப் பார்வையும் கொண்ட சேவை நிறுவனங்களின் பங்களிப்பை ஏற்பதும் அவசியம். *WHO*வின் முடிவெடுக்கும் திறனில் அடித்தட்டு மக்களையும் ஈடுபடுத்த வேண்டும். சமூகச் செயல்பாட்டை ஊக்குவிப்பது, மருத்துவத் துறையின் செயல்பாட்டுத் திறனை மேம்படுத்துவது, சேவைக்கான சமூகத் தேவையை வளர்ப்பது, பாரம்பரிய அறிவுச் செல்வங்களைப் பயன்படுத்துவது, சமூகம் சார்ந்த ஆய்வுகளை ஊக்குவிப்பது ஆகியன *UHC*யின் வெற்றிக்கான அடிப்படைத் தேவை.

7. அளவற்ற ஆசை, பண மோகம், புகழ் மோகம், அதிகாரவெறி, வெற்றிக்கு மாற்றாக தருமசிந்தை, நேர்மை, சுயமரியாதை, மனிதாபிமானம்.

இறுதியாக *UHC*ன் மனிதாபிமானம் மற்றும் மனித உரிமை களின் அடித்தளத்தின் மீது நிறுவப்பட வேண்டும். மனித உரிமை, சமூக பொருளாதார பண்பாட்டு உரிமைகள், மனிதரின் நலவாழ்வுரிமையுடன் உணவு, வாழ்விடம், வேலை, கல்வி, ஒதுக்கப்படாத சமத்துவ வாழ்வு ஆகியனவும் அவசியம். "நலவாழ்வு உரிமை என்பது ஆரோக்கியமாக வாழ்வது மட்டுமல்ல" என்கிறது சர்வதேச அமைப்பு. அது நலவாழ்வுக் கான அடிப்படைத் தேவைகள் அனைத்தையும் வழங்குவதும் அவசியம் என வலியுறுத்துகிறது. நலவாழ்வுக்கான கொள்கை முடிவுகளை எடுப்பதில் மக்களையும் சமூகத்தையும் ஈடுபடுத்த வேண்டும். நலவாழ்வுரிமை என்பதைச் சகல நிலைகளிலும் நிறைவேற்ற, 1. அதைக் கிடைக்க வகை செய்வது, 2. பாகுபாடின்றி, பொருளாதார, சமூகத் தடைகளின்றி, சமத்துவத் தகவல் பறிமாற்ற வாய்ப்பளித்து, 3. மக்கள் ஏற்புடன், 4. தரமான சேவையைத் தருவது அவசியம் என்கிறது.

உலக சமூகம் நலவாழ்வுரிமை என்பதை தனித்துவ மதிப்பு கொண்டதாக மதித்து, அது உலகப் பொருளாதார ஏற்றத் தாழ்வுகள் கடந்து அனைவருக்கும் உரித்தானதாக, தவிர்க்க முடியாத உரிமையாக ஏற்று, அதை மீறுபவர்களைச் சட்டப்படி தண்டிக்கத்தக்கவர்களாக்காத வரை *UHC* என்பது நாம் எதிர் பார்க்கும் நற்பலனைத் தராது போகும்.

2015க்குப் பின்னான UHCயின் செயற்திட்டம், அதன் பலன் முழுமையாக மக்களுக்குக் கிடைக்கவும், குறைவான தவறுகள் கொண்டதாகவும் செயல்படச் செய்ய வேண்டும். இதனை அனைத்து வழிகளிலும், அனைத்து அரசுகளும், சமூகங்களும் ஏற்றுச் செயல்படுத்துவது அவசியம். UHC மக்களின் நலவாழ் வுரிமையின் பலனை அவர்களுக்கு உறுதி செய்ய வேண்டும். சிதைந்த துண்டு துண்டாக்கப்பட்டதாக அன்றி, முழுமையான நேரடியாக ஆரோக்கிய வாழ்வை அனைத்து மக்களுக்கும் வழங்குவதாக அமைய வேண்டும். நோய் சார்ந்த, குணப்படுத்தும் சேவை லட்சியம் கொண்ட அணுகுமுறையுடன், அனைத்துத் துறை வல்லுனர்களும் இதில் ஈடுபட வேண்டும்.

அனைவருக்கும் மருத்துவப் பாதுகாப்பு என்பது மனிதவுரிமை என்ற உணர்வுடன் நலவாழ்வுரிமையும் மறுசீரமைக்கப்பட்டு, வருங்காலத்தின் தேவைக்கேற்ப அதன் வளர்ச்சிக்கான செயற் திட்டத்துடன் இணைக்கப்பட வேண்டும்.

லத்தீன் அமெரிக்காவின் மருத்துவ நலவாழ்வுரிமை முயற்சி மூன்றாவது உலக நாடுகளுக்கு ஒரு நல்ல முன்மாதிரி

ரபேல் கோன்லஸ் குஸ்மன் / நஷிலி கோர்ட்ஸ் ஹெர்னாண்டஸ்
THIRD WORLD RESURGENCE 2015 -296

UNIVERSAL HEALTH COVERAGE (UHC) எனும் "அனைவருக்கும் நல வாழ்வு காப்பு" பற்றி வெகுவாகப் பேசப்படுகிறது. இது மூன்று பக்கங்கள் கொண்ட பிரமிடு போன்றது. பயன்பெறும் மக்கள், மருத்துவ உதவியாளர்கள், மருத்துவத்திற்கான நிதி ஆகிய மூன்றும் கொண்டது. எனினும் இதில் பெரும் லாபம் பெறும் உள்நோக்குடன் வணிகமயத் தனியார் மருத்துவமனைகளும், மருத்துவக்காப்பீட்டு நிறுவனங்களும் காத்துநிற்கின்றன. ஏழைகள் குறிப்பிட்ட அளவே பயன்பெறும் வாய்ப்பு உள்ளது.

"உலகுதழுவிய பாதுகாப்பு" என்ற வார்த்தைகள் நீதியுடனும், அறவுணர்வுடனும் உலக மக்கள் அனைவருக்கும் உதவுவது என்ற தோற்றத்தைத் தருகிறது. இதன் உறுதியான பயன்பாடு லத்தீன் அமெரிக்க நாடுகளில் தெளிவாகத் தெரிகிறது. பாதுகாப்பு அரவணைப்பு என்பன பொது நிதியை மருத்துவம் வழங்குவோரின் லாபத்திற்கு வழங்குவதே. இதில் துவக்கத்தில் உள்ளூர் மருத்துவர்கள் ஈடுபடுகின்றனர். பின்னர் பன்னாட்டுக் கம்பெனிகள் இதில் நுழைந்து விடுகின்றன. புதிய தாராளமயக் கொள்கையை ஏற்ற நாடுகளில் மருத்துவ நிறுவனங்கள் எளிதாக நுழைந்துவிடுகின்றன. உலகளவில் மருத்துவ சேவை உணர்வு குறைந்து, தர உயர்வு என்ற காரணம் காட்டி தனியார்மயம்

நுழைகிறது. எனினும் தனியார் மருத்துவமனைகள் தரமானவை என்பதற்கு எவ்வித உறுதியும் இல்லை.

மருத்துவத்தின் சமத்துவமின்மை, மருத்துவக் காப்பீட்டில் உள்ள ஏற்றத்தாழ்வுகளால் உருவாக்கப்படுகிறது. UHCல் சமத்துவ மின்மை ஆழமாக நிலவுகிறது. பணக்காரர்களே பெரிய அளவில் பயனடைகிறார்கள். கிராமப்புற ஏழைகளுக்கான நிதியும், வாய்ப்பும் குறைவாகவே கிடைக்கிறது. நடைமுறை இன்னும் மோசமாக அடித்தட்டுமக்களை ஒதுக்குவதாக உள்ளது. இவ்விதமாக UHC தனது அடிப்படையான "அனைவருக்கும் பாதுகாப்பு" என்பதை முழுமையாக நிறைவேற்ற முடியாததாகப் போகிறது.

UHC லத்தீன் அமெரிக்க அனுபவம்

டொமினிகாவில் இரண்டு உயர்சிறப்பு மருத்துவமனைகள் தனியார் வசம் தரப்பட்டன. சுயநிதி மருத்துவமனைகள் அரசு உதவி பெற்று நடந்துவந்தன. தனியார் காப்பீட்டுக் கம்பெனிகள் இவற்றிற்கான உதவிகளை நிறுத்தின. நோயாளிகள் கட்டணம் செலுத்த நேர்ந்தது. உதவித் தொகைகளை "நெருக்கடி நிர்வாகிகள்" வெட்டிக் குறைத்தனர். பல தேவைகள் காப்பீட்டில் சேர்க்கப்படாமல், நோயாளிகள் அதற்குக் கட்டணம் செலுத்த நேர்ந்தது. UHC விளம்பரப்படுத்திய பலனை மக்களுக்குத் தரவில்லை. UHC காகிதத் திட்டமாகவே இருந்தது. கம்பெனிகள் பெரும் லாபமீட்டின.

கொலம்பியாவில் முதன்முதலாக UHC அறிமுகமானது. பொது மருத்துவமனைகளின் இடத்தை காப்பீடு மாற்றியது. இதில் முறைப்படுத்தப்பட்ட தொழிலாளர்களுக்கென ஒரு நடை முறையும் முறைப்படுத்தப்படாதோருக்கு ஒரு நடை முறையும் கடைப்பிடிக்கப்பட்டது. தமது வறுமையை நிரூபிக்கும் சான்றுகளை அவர்கள் தர வேண்டியிருந்தது. திட்டத்திற்குள் வராத மருத்துவத்திற்கு மக்கள் கட்டணம் செலுத்த வேண்டி யிருந்தது.

காப்பீட்டுக்கம்பெனிகளும், மருத்துவம் வழங்குவோரும் தமது லாபத்தைப் பெருக்கிக்கொண்டனர். குற்றச்சாட்டுகள் குவிந்தன. காப்பீட்டுக் கம்பெனிகள் மீது வழக்குகள் தொடரப்பட்டன. மக்களின் நம்பிக்கை தகர்ந்தது. அதிகாரிகள் அதிக சம்பளம் எடுத்துக்கொண்டனர். கொலம்பியா அரசு சட்டச் சீர்திருத்தம்

செய்தது. குற்றம்சாட்டப்பட்ட காப்பீட்டுக் கழகங்கள் விலக்கப்
பட்டன.

பெருவிலும் USAID உதவியுடன் இத்திட்டம் ஏழைகளுக்கு வழங்கப்பட்டது. தனியார் நிதி நிறுவனங்கள் உள்ளே புகுந்து பொதுநிதியைத் தமது லாபத்திற்குத் திருப்பிக்கொண்டனர். மருத்துவநல காப்பீட்டுத் திட்டம் இருந்த போதும் 2009 இல் 340 கோடி டாலராக இருந்த மருத்துவச் செலவு 2013 ல் 450 கோடி டாலராக உயர்ந்தது.

மெக்சிகோ, கொலம்பியா மாதிரியைப் பின்பற்றியது. பொது மருத்துவமனைகள் பலவீனமாகின. மருத்துவக் கட்டணம் உயர்ந்தது. பின்னர் கட்டுப்பாட்டுடன் மருத்துவம் காப்பீட்டுக் கம்பெனிகளால் வழங்கப்பட்டது. இதயநோயாளிகளுக்கு 60 வயது வரை மட்டுமே மருத்துவம் தரப்படுமெனக் கட்டுப்பாடு விதித்தனர். டயாலிசிஸுக்குப் பல விதிகள் விதிக்கப்பட்டன. விதிகளுக்குள் வராதவற்றிற்குக் கட்டணம் வசூலிக்கப்பட்டது.

மாற்று மருத்துவ உதவி வழங்கும் நாடுகள்

முதலாளித்துவ சார்பு கொண்ட நாடுகளின் மருத்துவக் காப்புத் திட்டம், ஊழல் மலிந்ததாகவும், ஏழைகளுக்கு முழுதும் உதவாததாகவும், ஏதோ வழியில் கட்டணம் செலுத்தச் செய்வ தாகவும், மருத்துவப்பணியாளர்களுக்கு நல்ல வருமானம் தராததாகவும், பன்னாட்டுக் கம்பெனிகளுக்கும், காப்பீட்டு நிறுவனங்களுக்கும், ஆட்சியாளர்களுக்குமே லாபம் தருவதாக இருந்தது. கொலம்பியா, பெரு, மெக்சிகோ போன்ற நாடுகளில் வறுமையும் நோய்களும் வளர்ந்து வந்தன.

மறுபுறம் சோசலிசத்தை ஏற்ற வெனிசுலா, பொலிவியா, ஈக்வெடார், பிரேசில், எல்சால்வாடர், உருகுவே, அர்ஜன்டைனா போன்ற நாடுகள் உலகமயப் பொருளாதாரத்தை எதிர்த்து நின்றன. நலவாழ்வு மக்கள் உரிமை என வழங்கின. வெறும் பெயருக்கான மருத்துவப் பாதுகாப்புத் திட்டத்தைப் புறக் கணித்தன.

நலவாழ்வின் அடிப்படையான வேலைவாய்ப்பு, உணவு, வாழ்விடம் போன்றவற்றை வழங்குவதன் மூலமே அனைவருக்கும் மருத்துவப் பாதுகாப்பு வழங்க முடியும். மக்கள் அனைவருக்கும் சமத்துவமான மருத்துவத் தேவையை, ஒருவரின் கட்டணம்

செலுத்தும் வசதியைக் கடந்து அனைவருக்கும் சமமான கவனிப்பு கிடைக்கச் செய்ய வேண்டும். இதற்குப் பொதுவான இலவச ஒற்றைச் சாளர மருத்துவ உதவிகள் கிடைக்க வழிசெய்ய வேண்டும். தாராளமய சந்தைப் பொருளாதாரம் நுழையும் முன் லத்தீன் அமெரிக்காவில் பொதுமருத்துவமுறை இல்லை. 20 ஆம் நூற்றாண்டில் பொதுமருத்துவ முறைக்கான போராட்டம் நடைபெற்றது. இதன் விளைவாக ஏற்பட்ட முற்போக்கு அரசுகள், பொதுமருத்துவ அமைப்பை வலிமைப்படுத்தின. தனியார் — பொது மருத்துவமுறைகளின் கலப்பில், மக்கள் கட்டணம் செலுத்துவதற்கு மாற்றாக, முற்போக்கான வரி விதிப்பு, வேலைவாய்ப்புப் பெற்றோரின் பங்களிப்பு மூலம் சமூகப் பாதுகாப்பு வழங்கப்பட்டது.

இதை எட்ட முடியாத கனவு என்று கூறியபோதிலும், கியூபா அப்பகுதியின் சிறந்த மருத்துவத்தரம் வாய்ந்த நாடாகப் புகழ் பெற்றது. இத்தகைய முறை ஐரோப்பாவிலும், கனடாவிலும் கூட உள்ளது. மக்கள் பங்கேற்புடன் பொதுமருத்துவத்துறை உருவாக்கல் கடைபிடிக்கப்படுகிறது. சந்தைப் பொருளாதாரம் அனைத்து மக்களுக்கும் பொதுவான மருத்துவப் பாதுகாப்பைத் தந்துவிடாது. அதற்கு மக்கள் இயக்கங்களின் பங்கேற்பு தேவை.

இது எளிதானதல்ல. நீண்டகாலமாகவே பொதுத்துறைக்கான நிதி ஒதுக்கீடு குறைவாகவே உள்ளது. ஏற்றத்தாழ்வு கொண்ட நிதி ஒதுக்கீடு கொண்டு சமத்துவமான மருத்துவ வசதிகளை உடனடியாகத் தந்துவிட முடியாது. இதற்கு மருத்துவத்துறையினர், அரசியல்வாதிகள், அதிகார வர்க்கத்தினர், பல்கலைக்கழகங்கள், வசதிவாய்ந்த பகுதியினர், தனியார் மருத்தவமனைகள், பாடத் திட்ட மாற்றம், ஏற்கனவே கிடைத்துவரும் மருத்துவக் காப் பீட்டுத் துறை ஆகியோரின் கடுமையான எதிர்ப்பு இருக்கும். மாற்றத்திற்கு மக்களின் துணையிருப்பு அவசியம்.

வெனிசுலாவின் சாவேஸ் அரசு மருத்துவசேவை அனை வருக்கும் சமத்துவமாகவும், இலவசமாகவும் கிடைக்க மருத்துவத் துறை, ராணுவம் ஆகியவற்றைப் பயன்படுத்திக் கொண்டது. இதைக்கொண்டும் அனைத்து மக்களையும் எட்டுவது சிரம மாகவே இருந்தது. தொழிலாளர்களுக்கு மருத்துவ உதவி வழங்க 5000 காப்பீட்டு நிறுவனங்கள் இருந்தன. ஆனால் நாடாளுமன்றம் ஒரே பொதுவான, இலவச மருத்துவத் திட்ட சட்டத்தை

நிறைவேற்றியது. சட்டத்தை நடைமுறையாக்குவது எளிதானதாக இல்லை. இதற்கு முதல் கட்டமாக நாடு முழுதும் கியூபாவின் ஒத்துழைப்புடன் மருத்துவர்கள் அழைத்துவரப்பட்டனர்.

2013ல் 13713 ஆரம்ப சுகாதார மையங்கள் மூலம் 50 கோடி மருத்துவ ஆலோசனைகள் வழங்கப்பட்டன. இரண்டாவதாக ஒருங்கிணைக்கப்பட்ட மருத்துவ மையங்கள் மூலம் அவசர மருத்துவ உதவிகள் வழங்கப்பட்டன. 2012ல் இத்தகைய 1939 மையங்களுடன், உடல் ஊனமுற்றோருக்கான சிறப்பு மருத்து வமும் வழங்கப்பட்டது. மூன்றாவதாகப் புதிய மருத்துவ மனைகள், சிறப்பு அதிநவீன மருத்துவ வசதிகளுடன் உருவாக்கப் பட்டன. குறிப்பிட்ட அளவுக்கே மருத்துவ உதவிகளைக் காப்பீட்டு நிறுவனங்கள் தந்துவந்ததற்கு மாற்றாக, அனைத்து மக்களுக்கும் சமத்துவ மருத்துவம் கிடைத்தது. இதில் மக்களின் ஒத்துழைப்பும், பங்களிப்பும் கிடைத்தது.

புதிய பல்கலைக்கழகத்தை உருவாக்க ஆயிரக்கணக்கான மருத்துவர்கள் பயிற்றுவிக்கப்பட்டனர். 17000 புதிய டாக்டர்கள், கியூபா டாக்டர்களுக்கு மாற்றாக உருவாகினர். வறுமை, அறியாமை ஒழித்து சமத்துவ சமுதாயம் உருவாக்கும் பணியும் இணையாக நடந்தது. சத்தின்மை ஒழிப்பு, புதிய ஆரோக்கியமான வாழ்விடங்கள் உருவாக்குதலும் தொடர்ந்தது.

அமெரிக்கக் கண்டத்தின் ஏழ்மைப்பட்ட நாடான எல்சால்வாடரிலும், வெனிசுலா மாதிரியான மாற்றம் முற் போக்கு அரசால் மேற்கொள்ளப்பட்டது. முந்தைய ஆட்சி காலத் தனியார்மய மருத்துவத்திற்கு மாற்றாகப் பொது மருத்துவமனைகள் உருவாக்கப்பட்டன. கட்டணமுறை ஒழிக்கப்பட்டு இலவச மருத்துவம் வழங்கப்பட்டது. மக்களுக் கான மருத்துவ வாய்ப்பு 40 விழுக்காடு அதிகரித்தது. மருத்துவ நிதிஒதுக்கீடு உயர்த்தப்பட்டது. அதிக படுக்கை வசதிகள் கொண்ட புதிய மருத்தவமனைகள் கட்டப்பட்டன. பன்னாட்டு மருந்துக்கம்பெனிகளின் கொள்ளையைத் தடுக்கப் புதிய மருந்துக் கொள்கை உருவாக்கப்பட்டது. மலிவான மருந்துகள் கிடைக்கச் செய்தனர். சீர்திருத்தங்களை அரசு மட்டும் செய்யா மல் மக்களும் அதில் பங்கேற்றனர்.

ஆறு வருடங்களில் அற்புத மாற்றங்கள் நிகழ்ந்தன. ஐநாவின் புதுயுக வளர்ச்சி இலக்கை தாய் சேய் மரண அளவைக்

குறைப்பதில் எல்சால்வாடர் வெற்றிபெற்றது. மக்களின் சமூக, பொருளாதார வாழ்வைத் தரம் உயர்த்தும் அரசு முயற்சிகளும் தொடர்ந்தன.

19 கோடி மக்கள் கொண்ட பெரிய நாடான பிரேசிலிலும் இத்தகைய மாற்றம் முற்போக்கு அரசால் மேற்கொள்ளப்பட்டது. 1988ல் நடைபெற்ற ஜனநாயகத்திற்கான போராட்டம் மருத்துவத்தையும் ஜனநாயகப்படுத்தியது. மக்கள் சமூகம் முழுமையும் அரசுடன் நின்றன. சட்டமாற்றத்தின் மூலம் அனைவருக்கும் சமமான, இலவச மருத்துவப் பாதுகாப்பு உறுதி செய்யப்பட்டது. 24000 உடல்உறுப்பு மாற்று அறுவை சிகிச்சைகள், 84000 இதய, 62000 புற்றுநோய் அறுவை சிகிச்சைகள் செய்யப்பட்டன. 1988ல் சர்வாதிகார ஆட்சியை ஒழித்தபின் கடும்நிதிப் பற்றாக்குறை நிலவியதால், தனியார் மருத்துவமனைகள் இடம்பிடித்தன. லூலா அரசு பொதுமருத்துவமனைகளை வளர்த்து சமத்துவ மருத்துவம் கிடைக்கச்செய்யத் தொடர்ந்து போராடிவருகிறது. இதனால் 16 கோடி மக்கள் பயன்பெற்று வருகின்றனர். எனினும் தனியார் மருத்துவம் இன்னும் வலிமையாகவே உள்ளது. சிறப்பு மருத்துவ வசதிகள் அவர்களிடமே உள்ளது. இந்த இடைவெளி காலப்போக்கில் சரி செய்யப்பட வேண்டும்.

முடிவாக — பிரேசில் சமத்துவப் பாதையில் அனைவருக்கும் இலவச மருத்துவம் தரும் முயற்சியில் முதல் கட்ட வெற்றியைப் பெற்றுள்ளது. காப்பீட்டுத் தொகையில் பெரும்பங்கைத் தனியாரே பெறுகின்றனர். எனினும் உடல் நலம் என்பது விற்பனைக்கான சந்தைச் சரக்கல்ல மக்கள் உரிமையே என்பதை பிரேசில் அரசு உணர்ந்து உறுதியுடன் அதை நோக்கி நடை போடுகிறது. பிரேசில் மற்றும் லத்தீன் அமெரிக்க நாடுகள் இந்தியா போன்ற வளரும் மூன்றாவது உலக நாடுகளை ஒத்த பண்பாட்டு, சமூக, பொருளாதாரப் பின்னணி கொண்டவையே. வணிகமய மருத்தவத்தை மக்களுக்கான சமத்துவமான இலவச மருத்துவமாக மாற்றிவரும் அவர்களின் முயற்சிகளும், வெற்றி தோல்விகளும் மூன்றாவது உலக நாடுகளுக்கு ஒரு நல்ல முன் மாதிரியாக நிச்சயம் இருக்கும்.

ஐரோப்பாவை உலுக்கும் மருத்துவ நெருக்கடி

அமித் சென்குப்தா
THIRD WORLD RESURGENCE 2015 -296

உலகின் பொருளாதார நெருக்கடியைச் சமாளிக்க ஐரோப்பிய நாடுகள், தமது சந்தையை பலப்படுத்த, பிற நாடுகளுடனான தமது வர்த்தகப் போட்டியை, உற்பத்தி மதிப்புக் குறைப்பு, தொழிலாளர் கூலிக் குறைப்பு, பிற நாடுகளில் உற்பத்திப் பொருட்களைக் குவிப்பதன் மூலம் சரிசெய்ய முடியுமென நம்புகின்றன. இதனால் மக்களின் வாங்கும் சக்தி குறைந்து, பொது முதலீடு சரிந்து, சமூகப்பாதுகாப்பு முயற்சிகள் படிப்படியாக குறைந்துவருகிறது.

இதன் விளைவாக ஐரோப்பா முழுதும் சமூகப் பாதுகாப்பு சிதைந்து, எதிர்விளைவுகளையே உருவாக்கியுள்ளது. 2008 — 2011ல் ஐரோப்பாவில் வேலையின்மை 7.1 விழுக்காட்டிலிருந்து 10 விழுக்காடாக உயர்ந்துள்ளது. இளைஞர்கள் இதனால் பெரிதும் பாதிக்கப்பட்டுள்ளனர். 15 முதல் 24 வயதிற்கு உட்பட்டவர்களிடையே வேலையின்மை 2012ல் 22.8 விழுக்காடாகும். ஐரோப்பாவின் வறுமைப்பட்டோர் 24.2 விழுக்காடாக உள்ளனர்.

பொருளாதார நெருக்கடியையும், அரசுக்கடன் அதிகரிப்பையும் காரணம் காட்டி தனியார்மயமாக்கலைப் புகுத்தி, மருத்துவத்தை விலை பொருளாக்க முயல்கின்றனர். 2009ல்

உலக சுகாதார நிறுவனம் (WHO) "சில வளர்ந்த நாடுகளும் பொருளாதார நெருக்கடியில் சிக்கியுள்ளன. இதற்கு ஐ.எம்.எப் உதவ வேண்டுமென எதிர்பார்க்கின்றனர். இதற்காக அரசின் செலவுகளைக் கட்டுப்படுத்திக் கடனைக் காட்ட நினைக்கின்றனர்" என்று எச்சரித்தது. ஐரோப்பிய நிறுவனம் நடத்திய ஆய்வில் மருத்துவ நலம் ஐரோப்பா முழுதும் புறக்கணிக்கப்பட்டு வருகிறது என்று கூறியது.

- 2007 முதல் ஐரோப்பிய நாடுகள் அனைத்தும் தமது மருத்துவச் செலவைக் குறைத்துள்ளன.

- மக்கள் மருத்துவம் கிடைப்பதன் குறைப்பை உணர்ந்தனர். மருத்துவமனைகள் மூடப்பட்டன. அரசு நிதி குறைந்தது.

- நிதிக் குறைப்பு தொடர்ந்து மருத்துவ உதவி கிடைப்பதைத் தடுத்தது.

- திறந்திருந்த மருத்துவமனைகளிலும் மக்கள் வசதியின்மை யால் மருத்துவம் பெற முடியாது போனது.

- மருத்துவப் பணியாளர்கள் குறைக்கப்பட்டனர்.

- மருத்துவக் காப்பீடு உள்ள நாடுகளிலும் வேலை இழப்பால் காப்பீடு பெற முடியாது போனது. காப்பீடு பெறும் விதிகள் கடுமையாக்கப்பட்டன.

- மக்கள் தங்கள் பையிலிருந்து எடுத்து செலவு செய்ய நேர்ந்தது. தனியார் மருத்துவமனைகள் மக்கள் எட்ட முடியாதன ஆகின.

- அரசுகளின் சிக்கன நடவடிக்கை, மக்களுக்கு அரசு மருத்துவ சேவை கிடைப்பதை அரிதாக்கியது.

கிரீஸ் நெருக்கடி - நல்ல பாடம்

கிரீஸ் ஐரோப்பிய யூனியனில் பொருளாதார நெருக்கடியில் மூழ்கிக் கொண்டிருக்கும் முதல் நாடு. உழைக்கும் மக்களின் சமூகப் பொருளாதார நிலை வேகமாகச் சரிந்துவருகிறது. 1.1 கோடி மக்களில் 39 லட்சம் பேர் வறுமையில் வாடுகின்றனர். 2013ல் வேலையின்மை 27.3 சதம். குழந்தைகள் மரணம் 2008— 2011ல் 51 சதமாக உயர்ந்துள்ளது. தற்கொலை, கொலைகள்

11.5 சதத்திலிருந்து 40 சதமாக உயர்ந்துள்ளது. கிரீஸ் அரசின் மருத்துவ நிதி ஒதுக்கீடு 2008—2010ல் 16.2 சதமாகக் குறைந்துள்ளது. அரசு மருத்துவத் தேவையே மக்கள் அதிகம் எதிர்பார்க்கும் ஒன்றாகும். ஆனால் பொருளாதார வீழ்ச்சி காலத்தில் அரசின் செயல்பாடு எதிர்மறையாக உள்ளது. அரசு மருத்துவமனைகளில் நோயாளிகள் எண்ணிக்கை 36 சதம் உயர்ந்து அலைமோதுகிறது. ஆனால் அரசின் மருத்துவநிதி ஒதுக்கீடு வெகுவாகக் குறைக்கப் பட்டுள்ளது. மக்கள் தங்கள் கையிலிருந்து செலவு செய்வது அதிகரித்து வருகிறது. டாக்டரிடம் செல்லவே மக்கள் தயங்கும் நிலை வளர்ந்து வருகிறது.

காப்பீட்டுப் பாதுகாப்பு ஆண்டுக்கு 50 நாட்கள் வேலை செய்பவர்களுக்கு மட்டுமே என்ற கட்டுப்பாட்டால், வேலை யற்றோர் மருத்துவ உதவிபெற முடியாதநிலை உள்ளது. கிரீசின் சமூக பொருளாதார நிலை வேகமாகச் சரிந்துவருகிறது. பொது மருத்துவ வசதிகளை அதிகரிக்க வேண்டிய அவசர நிலை வளர்ந்து வருகிறது. எனினும் பொருளாதாரச் சீரழிவாக பணி யாளர் குறைப்பு, மருத்துவ நிதிக்குறைப்பு, தனியார் மயத்தை ஊக்குவிப்பது என்பன தொடர்கின்றன.

இங்கிலாந்தில் மருத்துவ வசதிகள் சரிவு

முற்றிலும் அரசுப்பொறுப்பாக இருந்த மருத்துவத்தை படிப் படியாக கார்ப்பரேட் கைகளுக்கு மாற்றும் வேலை துவங்கி யுள்ளது. மக்கள் தங்கள் பையிலிருந்து செலவு செய்து மருத்துவம் பெற வேண்டியுள்ளது.

போர்ச்சுகலில்...

2011ல் மருத்துவநிதி ஒதுக்கீடு 8 சதம் குறைந்தது. அரசு மருத்துவ உதவிகள் தடைபட்டுவருகின்றன. தனியார்மயம் வளர்ந்தது. வேலைவாய்ப்புகள் குறைக்கப்படுகின்றன. முதல்நிலை மருத்துவ ஆலோசனை 9 லட்சமும், அவசர நிலை நோயாளிகள் எண் ணிக்கை 5 லட்சமும் 2012 ல் குறைந்துள்ளது.

2012ல் மக்கள் தங்களது மருத்துவச் செலவை 22.2 சதம் குறைத்துக்கொள்ள நேர்ந்தது. வேலையற்றோர் குடும்பங்களின் மருத்துவச் செலவோ 39.9 சதம் குறைந்தது. இதனால் மனச் சோர்வு, மன அழுத்தம் போன்ற மனநோய்கள் 30சதம்,

தற்கொலை 47சதம் அதிகரித்தது.

இத்தாலியில்...

இங்குதான் ஐரோப்பிய நாடுகளிலேயே குறைவான மருத்துவச் செலவு அதிகரிப்பு இருந்தது. எனினும் பட்ஜெட்டில் மருத்துவச் செலவு குறைக்கப்பட்டது. மக்களின் மருத்துவச் செலவு அதிகரித்தது. மருத்துவ நலப்பணிகள் குறைந்தன. சிறப்பு மருத்துவம் குறைந்து, மரணம் அடித்தட்டு மக்களிடம் அதிகரித்தது. 2011—12ல் மருந்துகளுக்கான செலவு 5.6 சதம் குறைந்து போனது. பொது மருத்துவ ஒதுக்கீடு 8 சதம் குறைந்தது. தனியார் மருத்துவம் 12.3 விழுக்காடு அதிகரித்தது. மருந்துச் செலவு மக்களுக்கு 17.3 சதம் அதிகரித்தது. தனியாரிடம் அதிகம் செலவு செய்ய நேர்ந்தது. 41.2 சதம் இத்தாலியர் அரசு மருத்துவசேவை அவசியம் தேவை என்கின்றனர். 1.1 கோடிப்பேர் தனியார் மருத்துவக் காப்பீட்டில் உள்ளனர்.

ஸ்பெயினில்...

2009க்குப் பின் மருத்துவ நிதி ஒதுக்கீடு 18.21 சதம் மற்றும் மருத்துவ சேவையாளர்கள் 53,000 பேர் நிறுத்தப்பட்டுவிட்டனர். மக்களிடம் மருத்துவக் கட்டணம் வசூலிப்பது அதிகரித்துள்ளது. அனைவருக்குமான மருத்துவ உதவிகள் தடைப்பட்டுள்ளன. அவசரநிலை, மகப்பேறு, குழந்தைகள் மட்டுமே கவனிக்கப் படுகின்றனர். மக்களின் மருத்துவச் செலவு அதிகரித்துள்ளது. 2009ல் 50705 பேர் மருத்துவ அறுவைசிகிச்சை உதவிபெறக் காத்துக்கொண்டிருந்தனர். இது 2013ல் 89,000மாக உயர்ந்துள்ளது. அவசரநிலை மருத்துவமனைகளில் சுமார் 550 மருத்துவமனைகள் தனியார் வசம் உள்ளன.

ஜெர்மனியில்...

ஜெர்மனி வெற்றிகரமான மருத்துவச் சூழல் கொண்டுள்ளது. 16 சதம் ஜெர்மனியர் வறுமையில் வாழ்கின்றனர். 50 லட்சம் பேர் சிறு கூலி வேலைகளில் உள்ளனர். இவர்கள் மாதம் 44 யூரோ சம்பாதிக்கின்றனர். 1996—2011ல் வேலைவாய்ப்புகள் 8 சதம் அதிகரித்துள்ளது. 26 சதம் வேலைவாய்ப்புகள் தற்காலிக மானவை. 80 லட்சம் தொழிலாளர்களில் 23 சதம் பேர் வறுமையில் வாடுகின்றனர். 50 சதத்தினர் நிரந்தர வேலை

பெற்றுள்ளனர். ஜெர்மனியில் வாழும் 50 சதம் ஏழைகளிடம் நாட்டின் ஒரு விழுக்காடு சொத்தே உள்ளதாக 2008ம் ஆண்டு புள்ளிவிபரம் கூறுகிறது. ஐரோப்பாவின் அதிகத் தனியார் மருத்துவமனைகள் ஜெர்மனியிலேயே உள்ளன. அதேசமயம் அரசு மருத்துவமனைகள் 11 சதம் குறைந்துள்ளன. 1995ல் 5.2 சதமாக இருந்த தனியார் மருத்துவமனைகள் 16.1 சதமாக 2010ல் உயர்ந்துள்ளன.

பெல்ஜியத்தில்...

1990 துவங்கி அரசு மருத்துவமனைகளுக்கான நிதி குறைக்கப் பட்டது. 1997 — 2005ல் மக்கள் தமது பையிலிருந்து மருத்துவத் திற்குச் செய்யும் செலவு 23—28 சதம் உயர்ந்துள்ளது. 2007லிருந்து 14 சதம் மக்கள் மருத்துவத் தேவைகளைத் தள்ளிப்போட்டு வருகின்றனர்.

புதிய பொருளாதாரக் கொள்கைக்கு மக்கள் எதிர்ப்பு

ஐரோப்பா முழுதும் புதிய பொருளாதாரக் கொள்கையை மக்கள் எதிர்த்துப் போராடி வருகின்றனர். மருத்துவமனைகள் தனியார்மயமாவதும் எதிர்க்கப்பட்டு வருகிறது. ஸ்பெயினில் டாக்டர்கள், நர்ஸ்கள், மருத்துவமனைப் பணியாளர்களைத் தனியார்வசம் ஒப்படைப்பதை நிறுத்த வேண்டியானது. அது தனியார் மயத்தை எதிர்த்துப் போராடும் 1.2 கோடி மக்களுக்கும் 5000 பணியாளர்களுக்கும் புதிய தெம்பை அளித்தது.

போர்ச்சுகலின் தனியார்மயத்தை எதிர்த்து நான்கு மிகப் பெரிய போராட்டங்கள் நடைபெற்றன. 2012ல் 80 சதம் டாக்டர் கள் பங்கேற்ற போராட்டம் நடைபெற்றது. அனைத்துப் பெரிய நகரங்களையும் ஸ்தம்பிக்கச் செய்தது அவர்களின் போராட்டம்.

"இங்கிலாந்தின் பொது மருத்துவமனை மீது கை வைக்காதே" எனப் போராட்டம் நாடு முழுதும் நடந்தது. அரசு பணிந்து பொது மருத்துவமனைகளைப் பாதுகாக்க முன் வந்தது. 2012ல் மருத்துவத் துறையினர் இதற்காகவே ஒரு அரசியல் கட்சியை அறிவித்தனர். மக்கள் நலம் நாடும் அரசு மருத்துவமனைகளுக்கு அதிக நிதி ஒதுக்கி, இலவசமாக மருத்துவம் வழங்க வேண்டு மென்பது தமது கொள்கை என்றனர்.

பெல்ஜியத்திலும் தனியார்மய மருத்துவத்தை எதிர்த்து "மருத்துவத்திற்கான செயற்திட்டம்" என்ற அமைப்பின் மூலம் டாக்டர்கள், தொழிற்சங்கங்களுடன் கூடி போராடினர். இது ஐரோப்பா முழுதும் பரவியது. 2014 பிப்ரவரியில் தனியார் மயத்தை எதிர்த்து ஒருநாள் முழுதும் போராட்டத்தை நடத்தி, தமது மருத்துவ வணிகமய எதிர்ப்புக் கொள்கை, சமத்துவ மருத்துவச் செயல்பாட்டு முறைகளை அறிவித்தனர்.

"BLOCKUP" எனும் முதலாளித்துவ எதிர்ப்புக்குழு 2012ல் ப்ராங்பர்டில் தொடர் போராட்டங்களை ஆண்டு முழுதும் நடத்தியது.

கிரீசில் அலை அலையாக எழுந்த போராட்டங்களால், பொது மருத்துவத்துறையைத் தனியாரிடம் விடும் முடிவை அரசு கைவிட நேர்ந்தது. புற நோயாளிகளுக்கு 5 யூரோ கட்டணம் விதித்ததை எதிர்த்துப் பெரும் போராட்டங்கள் நடந்தன. 2014 மார்ச்சில் டாக்டர்களும், பிற மருத்துவப் பணியாளர்களும், நோயாளிகளும் 380 அரசு மருத்துவமனைகளை ஆக்கிரமித்து, அவற்றை அரசு மூடுவதை எதிர்த்தனர். அவர்களுக்கு ஆதரவு தெரிவிக்கும் வகையில் நாடு முழுதும் மக்கள் — டாக்டர்கள் ஒற்றுமை மருத்துவமனைகள் துவக்கப்பட்டன.

நெருக்கடி நடுவில் ஒற்றுமை

பொருளாதார நெருக்கடி, அடிப்படை மக்கள்மைய மருத்துவத்திற்கு மாற்று ஆகியவற்றின் அடிப்படையில் மக்கள் ஒற்றுமை திரண்டது. சாதாரண மக்களின் அடிப்படை வாழ்வுரிமைகளை வணிகமய மருத்துவம் பறிப்பதை எதிர்த்து மக்கள் திரண்டனர். கல்வி, மருத்துவம் ஆகியவற்றை அரசே இலவசமாக அனைவருக்கும் வழங்க வேண்டும் எனும் போராட் டங்கள் ஐரோப்பா முழுதும் வலுப்பெற்றன. இவற்றிற்கான செலவை யார் கொடுப்பது என்ற கேள்வி எழலாம். பல நாடுகள் பொருளாதார நெருக்கடியில் கடன்பட்டிருந்த போதும், 32 லட்சம் ஐரோப்பியர்கள் மட்டும் செல்வக் கடலில் நீந்திக் கொண்டிருந்தனர். இந்த 2 சதவிகிதப் பணக்காரர்கள் மீது செல்வவரி விதித்தால் 10,000 கோடி யூரோ ஒவ்வொரு ஆண்டும் கிடைக்கும் என்கின்றனர்.

சலுகைகள் பெறுவது யார்? யாருக்கான சலுகைகளை

நிறுத்துவது என்பது பற்றி முடிவு செய்ய வேண்டிய வரலாற்றுத் திருப்பத்தில் ஐரோப்பா நிற்கிறது. பெரும்பான்மை மக்கள் தமது அடிப்படை வாழ்வுரிமைகளை இழக்கும் நிலைக்குத் தள்ளப்பட்டுள்ளனர். தொழிலாளி வர்க்கத்தின் உழைப்பால், பல்லாண்டுகாலப் போராட்டங்களால் பெற்ற உரிமைகள் இவை. 'மருத்துவத்தைப் பொதுவாக்கு' எனும் போராட்டம் மக்கள் வாழ்வுரிமைகளைப் பாதுகாப்பதற்கான எழுச்சி. "இந்த மக்கள் விரோத மருத்துவ வணிகமயத்தைத் தடுத்து நிறுத்துவதற்கான மாற்று வழியாக, மருத்துவர்கள் மற்றும் மருத்துவத்துறை சார்ந்தோர், இந்தப் பொருளாதார நெருக்கடியின் மோசமான விளைவுகளிலிருந்து மக்களைக்காக்க, தங்களது மௌனம் கலைத்து, மக்களுடன் நின்று, மக்கள் அனைவரின் உரிமை காக்கப் போராட வேண்டும்" என்கிறார் மெக் கீ.

இது ஐரோப்பாவின் மக்களின் குரல் மட்டுமல்ல. உலக மக்களின் குரலுமாகும்.

❖❖❖